The Health Impact Equation: Unreveling the Complex Relationship between Envirolment and Well-being

நலவாழ்வு சமன்பாடு: சூழலுக்கும் நலனுக்கும் இடையேயான சிக்கலான உறவை அவிழ்த்துதல்

Anika Reddy

The Health Impact Equation: Unreveling the Complex Relationship between Envirolment and Well-being

Copyright © 2023 by Anika Reddy

All rights reserved. No part of this book may be reproduced or transmitted in any form or by any means, electronic or mechanical, including photocopying, recording, or by any information storage and retrieval system, without permission in writing from the publisher.

This book is a work of fiction. Names, characters, places, and incidents either are the product of the author's imagination or are used fictitiously. Any resemblance to actual events, locales, persons, living or dead, is entirely coincidental.

The first edition was published in 2023

ISBN:
Published by:
Sunshine
1663 Liberty Drive
Hyderabad, IN 47403
www.Sunshinepublishers.com

This book is self-published using on-demand printing and publishing, which allows it to be printed and distributed globally

TABLE OF CONTENT

Chapter 1: Introduction and Framework   10

- Introduce the concept of the "Health Impact Equation" and its importance in understanding environmental health.
- Define key terms like environment, health, well-being, and environmental health.
- Briefly discuss the historical development of environmental health and current challenges.

Chapter 2: Air and Water Pollution: Impacts on Respiratory and Cardiovascular Health   21

- Explore the impact of air and water pollution on respiratory and cardiovascular health, with specific examples of health outcomes.
- Discuss mechanisms by which air and water pollutants harm human health.
- Analyze the role of social and economic factors in vulnerability to these exposures.

Chapter 3: Chemical Exposures and Toxic Burden: Impacts on Neurological and Developmental Health   33

- Examine the influence of toxins, chemicals, and pesticides on neurological and developmental health, particularly in children.
- Discuss the concept of bioaccumulation and its implications for health outcomes.
- Explore the role of policy and regulations in mitigating chemical exposures.

Chapter 4: Built Environments and Social Determinants: Impacts on Physical Activity and Mental Health   45

- Analyze how urban planning, transportation systems, and access to green spaces influence physical activity and mental health.
- Discuss the role of social determinants of health like socioeconomic status and community cohesion in shaping well-being.
- Explore interventions and strategies for promoting healthy built environments.

Chapter 5: Climate Change and Extreme Weather Events: Impacts on Public Health and Mental Well-being 57

- Examine the health consequences of climate change, including heat stress, air pollution, and extreme weather events.
- Discuss the mental health impacts of climate change, such as anxiety and displacement.
- Explore adaptation strategies and resilience building for vulnerable communities.

Chapter 6: Individual Choices and Behaviors: Navigating the Environmental Health Landscape 69

- Analyze the role of individual choices and behaviors like diet, exercise, and exposure to environmental risks in influencing health and well-being.
- Discuss the concept of environmental risk literacy and its importance in empowering individuals.
- Explore strategies for promoting healthy behaviors within environmental constraints.

அத்தியாயம் 1: அறிமுகமும் கட்டமைப்பும்

- சூழலியல் ஆரோக்கியத்தை புரிந்து கொள்வதில் "ஆரோக்கிய தாக்க சமன்பாடு" என்ற கருத்தின் முக்கியத்துவத்தை அறிமுகப்படுத்துகிறது.
- சுற்றுச்சூழல், ஆரோக்கியம், நலவாழ்வு, சூழலியல் ஆரோக்கியம் ஆகிய முக்கிய சொற்களை வரையறுக்கிறது.
- சூழலியல் ஆரோக்கியத்தின் வரலாற்று வளர்ச்சியையும் தற்போதைய சவால்களையும் சுருக்கமாக விவாதிக்கிறது.

அத்தியாயம் 2: காற்று மற்றும் நீர் மாசுபாடு: சுவாசக் குழாய் மற்றும் இதய நோய்கள் மீதான தாக்கங்கள்

- காற்று மற்றும் நீர் மாசுபாடு சுவாசக் குழாய் மற்றும் இதய நோய்கள் மீதான தாக்கத்தை குறிப்பிட்ட சுகாதார விளைவுகளுடன் ஆராய்கிறது.
- காற்று மற்றும் நீர் மாசுபடுத்திகள் மனித ஆரோக்கியத்திற்கு தீங்கு விளைவிக்கும் வழிமுறைகளை விவாதிக்கிறது.
- இந்த வெளிப்பாடுகளுக்கு பாதிப்பு ஏற்படக்கூடிய சமூக மற்றும் பொருளாதார காரணிகளின் பங்கைக் கவனியுங்கள்.

அத்தியாயம் 3: இரசாயன வெளிப்பாடுகள் மற்றும் நச்சு சுமை: நரம்பியல் மற்றும் வளர்ச்சி ஆரோக்கியத்தின் மீதான தாக்கங்கள்

- குறிப்பாக குழந்தைகளில், நச்சுகள், இரசாயனங்கள் மற்றும் பூச்சிக்கொல்லிகள் நரம்பியல் மற்றும் வளர்ச்சி ஆரோக்கியத்தின் மீது செலுத்தும் செல்வாக்கை ஆராய்கிறது.
- உயிர்ச்சேர்க்கை என்ற கருத்தை விவாதித்து, அது சுகாதார விளைவுகளுக்கான தாக்கங்களை விளக்குகிறது.
- இரசாயன வெளிப்பாடுகளை குறைப்பதில் கொள்கை மற்றும் ஒழுங்குமுறைகளின் பங்கை ஆராய்கிறது.

அத்தியாயம் 4: கட்டப்பட்ட சூழல்கள் மற்றும் சமூக நிர்ணயங்கள்: உடல் செயல்பாடு மற்றும் மன ஆரோக்கியத்தின் மீதான தாக்கங்கள்

- நகர்ப்புற திட்டமிடல், போக்குவரத்து அமைப்புகள் மற்றும் பசுமை இடங்களுக்கான அணுகல் எவ்வாறு உடல் செயல்பாடு மற்றும் மன ஆரோக்கியத்தை பாதிக்கின்றன என்பதை பகுப்பாய்வு செய்கிறது.

- சமூக-பொருளாதார நிலை மற்றும் சமூக ஒற்றுமை போன்ற சுகாதாரத்தின் சமூக நிர்ணயங்கள் நலவாழ்வை வடிவமைப்பதில் செலுத்தும் பங்கை விவாதிக்கிறது.

- ஆரோக்கியமான கட்டப்பட்ட சூழலை ஊக்குவிப்பதற்கான தலையீடுகள் மற்றும் உத்திகளை ஆராய்கிறது.

அத்தியாயம் 5: காலநிலை மாற்றம் மற்றும் தீவிர வானிலை நிகழ்வுகள்: பொது சுகாதாரம் மற்றும் மன நலவாழ்வு மீதான தாக்கங்கள்

- வெப்ப அழுத்தம், காற்று மாசுபாடு, தீவிர வானிலை நிகழ்வுகள் உட்பட காலநிலை மாற்றத்தின் சுகாதார விளைவுகளை ஆராய்கிறது.
- கவலை மற்றும் இடம்பெயர்வு போன்ற காலநிலை மாற்றத்தின் மனநல தாக்கங்களை விவாதிக்கிறது.
- பாதிக்கப்படக்கூடிய சமூகங்களுக்கான தழுவல் உத்திகள் மற்றும் திடத்தன்மை கட்டமைப்பை ஆராய்கிறது.

அத்தியாயம் 6: தனிப்பட்ட தேர்வுகள் மற்றும் நடத்தைகள்: சுற்றுச்சூழல் ஆரோக்கிய நிலப்பரப்பை கடந்து செல்வது

- உணவு, உடற்பயிற்சி, சுற்றுச்சூழல் அபாயங்களுக்கு உட்படுதல் போன்ற தனிப்பட்ட தேர்வுகள் மற்றும் நடத்தைகள் ஆரோக்கியத்தையும் நலவாழ்வையும் பாதிப்பதில் செலுத்தும் பங்கை ஆராய்கிறது.
- சுற்றுச்சூழல் அபாய எழுத்தறிவு என்ற கருத்தை விவாதித்து, தனிநபர்களை அதிகாரமளிப்பதில் அதன் முக்கியத்துவத்தை விளக்குகிறது.
- சுற்றுச்சூழல் கட்டுப்பாடுகளுக்குள் ஆரோக்கியமான நடத்தைகளை ஊக்குவிப்பதற்கான உத்திகளை ஆராய்கிறது.

Chapter 1: Introduction and Framework

அத்தியாயம் 1: அறிமுகமும் கட்டமைப்பும்

சூழலியல் ஆரோக்கியத்தை புரிந்து கொள்வதில் ஆரோக்கிய தாக்க சமன்பாட்டின் முக்கியத்துவம்

முன்னுரை

சூழலியல் ஆரோக்கியம் என்பது ஒரு சுற்றுச்சூழல் அமைப்பு அதன் வளங்களையும் செயல்பாடுகளையும் தக்க வைத்துக் கொள்ளும் திறன் ஆகும். இது சுற்றுச்சூழலின் தரத்தைப் பொறுத்தது, இது சுற்றுச்சூழல் அமைப்பின் சுற்றுச்சூழல் கூறுகளால் பாதிக்கப்படுகிறது. சுற்றுச்சூழல் கூறுகள் என்பது காற்று, நீர், மண், தாவரங்கள் மற்றும் விலங்குகள் போன்றவை.

சுற்றுச்சூழல் ஆரோக்கியத்தைப் புரிந்து கொள்வது முக்கியம், ஏனெனில் இது நமது ஆரோக்கியம் மற்றும் நல்வாழ்வுக்கு அவசியமானது. சுற்றுச்சூழல் ஆரோக்கியமற்றதாக இருந்தால், அது நோய், பிற சுகாதார பிரச்சினைகள் மற்றும் பொருளாதார இழப்புகளுக்கு வழிவகுக்கும்.

ஆரோக்கிய தாக்க சமன்பாடு

ஆரோக்கிய தாக்க சமன்பாடு என்பது சுற்றுச்சூழல் கூறுகள் மற்றும் மனித ஆரோக்கியம் இடையேயான உறவைக் குறிக்கிறது. இந்த சமன்பாட்டின்படி, மனித ஆரோக்கியம் சுற்றுச்சூழல் கூறுகளின் தரத்தைப் பொறுத்தது. சுற்றுச்சூழல் கூறுகள் தரமானதாக இருந்தால், அவை மனித ஆரோக்கியத்திற்கு நன்மை பயக்கும். சுற்றுச்சூழல் கூறுகள் தரமில்லாததாக இருந்தால், அவை மனித ஆரோக்கியத்திற்கு தீங்கு விளைவிக்கும்.

ஆரோக்கிய தாக்க சமன்பாட்டின் முக்கியத்துவம் பின்வருமாறு:

- இது சுற்றுச்சூழல் ஆரோக்கியம் மற்றும் மனித ஆரோக்கியம் இடையேயான உறவைப் புரிந்துகொள்ள உதவுகிறது.
- இது சுற்றுச்சூழல் ஆரோக்கியத்தை மேம்படுத்துவதன் மூலம் மனித ஆரோக்கியத்தை மேம்படுத்துவதற்கான வழிகளை வழங்குகிறது.

ஆரோக்கிய தாக்க சமன்பாட்டின் கூறுகள்

ஆரோக்கிய தாக்க சமன்பாட்டின் இரண்டு முக்கிய கூறுகள் பின்வருமாறு:

- சுற்றுச்சூழல் கூறுகள்: சுற்றுச்சூழல் கூறுகள் என்பது காற்று, நீர், மண், தாவரங்கள் மற்றும் விலங்குகள் போன்றவை. இந்த

கூறுகள் மனித ஆரோக்கியத்தை நேரடியாகவோ அல்லது மறைமுகமாகவோ பாதிக்கலாம்.

- மனித ஆரோக்கியம்: மனித ஆரோக்கியம் என்பது ஒரு நபரின் உடல், மன மற்றும் சமூக நல்வாழ்வு ஆகும். இது சுற்றுச்சூழல் கூறுகளின் தரத்தைப் பொறுத்தது.

சுற்றுச்சூழல் கூறுகள் மற்றும் மனித ஆரோக்கியம் இடையேயான உறவு

சுற்றுச்சூழல் கூறுகள் மனித ஆரோக்கியத்தை நேரடியாகவும் மறைமுகமாகவும் பாதிக்கலாம்.

நேரடி தாக்கம்

சுற்றுச்சூழல் கூறுகள் மனித ஆரோக்கியத்தை நேரடியாக பாதிக்கலாம். எடுத்துக்காட்டாக, மாசுபடுத்தப்பட்ட காற்று சுவாச நோய்களுக்கு வழிவகுக்கும். மாசுபடுத்தப்பட்ட நீர் குடல் நோய்களுக்கு வழிவகுக்கும்.

மறைமுக தாக்கம்

சுற்றுச்சூழல் கூறுகள் மனித ஆரோக்கியத்தை மறைமுகமாகவும் பாதிக்கலாம். எடுத்துக்காட்டாக, பல்லுயிர் குறைவு உணவு பாதுகாப்பை குறைக்கலாம், இது நோய்களுக்கு வழிவகுக்கும்.

ஆரோக்கிய தாக்க சமன்பாட்டின் பயன்பாடு

ஆரோக்கிய தாக்க சமன்பாடு சுற்றுச்சூழல் ஆரோக்கியத்தை மேம்படுத்துவதன் மூலம் மனித ஆரோக்கியத்தை மேம்படுத்துவதற்கான வழிகளை வழங்குகிறது.

உதாரணமாக, மாசுபாட்டைக் குறைப்பதன் மூலம், நாம் சுவாச நோய்கள் மற்றும் பிற சுகாதார பிரச்சினைகளின் அபாயத்தைக் குறைக்கலாம். பல்லுயிர் பாதுகாப்பதன் மூலம், நாம் உணவு பாதுகாப்பை மேம்படுத்தலாம் மற்றும் நோய்களின் அபாயத்தைக் குறைக்க

சுற்றுச்சூழல், ஆரோக்கியம், நலவாழ்வு, சூழலியல் ஆரோக்கியம் ஆகிய முக்கிய சொற்களை வரையறுக்கிறது

சுற்றுச்சூழல்

சுற்றுச்சூழல் என்பது ஒரு உயிரினங்கள் மற்றும் அவற்றைச் சுற்றியுள்ள இயற்கை அமைப்புகளின் தொகுப்பாகும். இது வாயுக்கள், நீர், மண், தாவரங்கள், விலங்குகள் மற்றும் அவற்றுக்கு இடையிலான தொடர்புகளை உள்ளடக்கியது. சுற்றுச்சூழல் என்பது ஒரு உயிரினத்தின் வாழ்க்கைக்கு அவசியமானது.

ஆரோக்கியம்

ஆரோக்கியம் என்பது ஒரு நபரின் உடல், மன மற்றும் சமூக நல்வாழ்வின் நிலையாகும். இது ஒரு நபரின் முழுமையான நல்வாழ்வின் அடிப்படையாகும். ஆரோக்கியம் என்பது ஒரு உடல்நலப் பிரச்சினையின் இல்லாத நிலை அல்ல, மாறாக முழுமையான மற்றும் நல்ல நல்வாழ்வின் நிலையாகும்.

நலவாழ்வு

நலவாழ்வு என்பது ஒரு நபரின் வாழ்க்கையின் தரம் மற்றும் அதன் பொருள் ஆகும். இது ஒரு நபரின் உடல், மன மற்றும் சமூக நல்வாழ்வுடன் தொடர்புடையது. நலவாழ்வு என்பது ஒரு நபரின்

மகிழ்ச்சி, திருப்தி மற்றும் முழுமையின் உணர்வு ஆகும்.

சூழலியல் ஆரோக்கியம்

சூழலியல் ஆரோக்கியம் என்பது ஒரு சுற்றுச்சூழல் அமைப்பு அதன் வளங்களையும் செயல்பாடுகளையும் தக்க வைத்துக் கொள்ளும் திறன் ஆகும். இது சுற்றுச்சூழலின் தரத்தைப் பொறுத்தது, இது சுற்றுச்சூழல் அமைப்பின் சுற்றுச்சூழல் கூறுகளால் பாதிக்கப்படுகிறது. சுற்றுச்சூழல் கூறுகள் என்பது காற்று, நீர், மண், தாவரங்கள் மற்றும் விலங்குகள் போன்றவை.

சுற்றுச்சூழல், ஆரோக்கியம், நலவாழ்வு மற்றும் சூழலியல் ஆரோக்கியம் ஆகிய சொற்களுக்கு இடையேயான உறவு

சுற்றுச்சூழல், ஆரோக்கியம், நலவாழ்வு மற்றும் சூழலியல் ஆரோக்கியம் ஆகிய சொற்கள் ஒன்றோடொன்று தொடர்புடையவை. சுற்றுச்சூழல் ஆரோக்கியம் என்பது சுற்றுச்சூழலின் தரத்தைப் பொறுத்தது, இது சுற்றுச்சூழல் கூறுகளால் பாதிக்கப்படுகிறது. சுற்றுச்சூழல் கூறுகள் மனித ஆரோக்கியத்தை நேரடியாகவும் மறைமுகமாகவும் பாதிக்கலாம். எனவே, சுற்றுச்சூழல் ஆரோக்கியம் மனித ஆரோக்கியத்துடன் நேரடியாக தொடர்புடையது.

சுற்றுச்சூழல் ஆரோக்கியம் நல்ல வாழ்க்கைத் தரத்திற்கு அவசியமானது. சுற்றுச்சூழல் ஆரோக்கியமானது இருந்தால், மனிதர்கள் ஆரோக்கியமாகவும் மகிழ்ச்சியாகவும் இருப்பார்கள். சுற்றுச்சூழல் ஆரோக்கியமற்றது இருந்தால், மனிதர்கள் நோய்வாய்ப்படுவார்கள் மற்றும் வாழ்க்கைத் தரம் குறையும்.

சுற்றுச்சூழல் ஆரோக்கியத்தை மேம்படுத்துவதன் மூலம் மனித ஆரோக்கியத்தை மேம்படுத்துவதற்கான வழிமுறைகள்

சுற்றுச்சூழல் ஆரோக்கியத்தை மேம்படுத்துவதன் மூலம் மனித ஆரோக்கியத்தை மேம்படுத்த முடியும். சுற்றுச்சூழல் ஆரோக்கியத்தை மேம்படுத்துவதற்கான சில வழிமுறைகள் பின்வருமாறு:

- மாசுபாட்டைக் குறைத்தல்: மாசுபாடு மனித ஆரோக்கியத்திற்கு மிக முக்கியமான அச்சுறுத்தல்களில் ஒன்றாகும். மாசுபாட்டைக் குறைப்பதன் மூலம், சுவாச நோய்கள், இதய நோய்கள் மற்றும் புற்றுநோய் போன்ற பல நோய்களின் அபாயத்தைக் குறைக்கலாம்.
- பல்லுயிர் பாதுகாத்தல்: பல்லுயிர் என்பது ஒரு சுற்றுச்சூழல் அமைப்பின் சுற்றுச்சூழல் ஆரோக்கியத்திற்கு

அவசியமானது. பல்லுயிர் குறைவு உணவு பாதுகாப்பை குறைக்கலாம், இது நோய்களுக்கு வழிவகுக்கும்.

சூழலியல் ஆரோக்கியத்தின் வரலாற்று வளர்ச்சி

சூழலியல் ஆரோக்கியம் என்பது ஒரு புதிய கருத்தாகும், இது 20 ஆம் நூற்றாண்டின் பிற்பகுதியில் உருவானது. இந்தக் கருத்தின் வளர்ச்சிக்கு பின்வரும் காரணிகள் முக்கிய காரணமாக அமைந்தன:

- சுற்றுச்சூழல் மாசுபாட்டின் அதிகரிப்பு: 20 ஆம் நூற்றாண்டில், தொழில்மயமாக்கல் மற்றும் நகர்ப்புறமயமாக்கல் காரணமாக சுற்றுச்சூழல் மாசுபாடு அதிகரித்தது. இந்த மாசுபாடு மனித ஆரோக்கியத்திற்கு தீங்கு விளைவிப்பதாக தெரியவந்தது.

- பல்லுயிர் குறைவு: 20 ஆம் நூற்றாண்டில், மனித நடவடிக்கைகள் காரணமாக பல்லுயிர் குறைந்து வருகிறது. பல்லுயிர் குறைவு சுற்றுச்சூழல் ஆரோக்கியத்திற்கு தீங்கு விளைவிப்பதாக தெரியவந்தது.

- சுற்றுச்சூழல் ஆரோக்கியத்தைப் பற்றிய அறிவின் வளர்ச்சி: 20 ஆம் நூற்றாண்டில், சுற்றுச்சூழல் ஆரோக்கியம் குறித்த அறிவு வளர்ந்தது. இந்த அறிவு சுற்றுச்சூழல் ஆரோக்கியத்தின் முக்கியத்துவத்தைப் பற்றிய புரிதலை மேம்படுத்தியது.

சூழலியல் ஆரோக்கியத்தின் தற்போதைய சவால்கள்

சூழலியல் ஆரோக்கியம் தொடர்பான சில முக்கிய சவால்கள் பின்வருமாறு:

- **சுற்றுச்சூழல் மாசுபாடு:** சுற்றுச்சூழல் மாசுபாடு மனித ஆரோக்கியத்திற்கு மிக முக்கியமான அச்சுறுத்தல்களில் ஒன்றாகும். மாசுபாட்டைக் குறைப்பது சூழலியல் ஆரோக்கியத்தை மேம்படுத்துவதற்கான ஒரு முக்கிய முன்னுரிமையாகும்.

- **பல்லுயிர் குறைவு:** பல்லுயிர் குறைவு சுற்றுச்சூழல் ஆரோக்கியத்திற்கு மற்றொரு முக்கிய அச்சுறுத்தல் ஆகும். பல்லுயிர் பாதுகாப்பது சூழலியல் ஆரோக்கியத்தை மேம்படுத்துவதற்கான மற்றொரு முக்கிய முன்னுரிமையாகும்.

- **காலநிலை மாற்றம்:** காலநிலை மாற்றம் சுற்றுச்சூழல் ஆரோக்கியத்திற்கு ஒரு புதிய மற்றும் தீவிரமான அச்சுறுத்தலாகும். காலநிலை மாற்றத்தின் தாக்கங்களைக் குறைப்பது சூழலியல் ஆரோக்கியத்தை மேம்படுத்துவதற்கான ஒரு முக்கிய முன்னுரிமையாகும்.

சூழலியல் ஆரோக்கியத்தை மேம்படுத்துவதற்கான வழிமுறைகள்

சூழலியல் ஆரோக்கியத்தை மேம்படுத்துவதற்கான சில வழிமுறைகள் பின்வருமாறு:

- மாசுபாட்டைக் குறைத்தல்: மாசுபாட்டைக் குறைப்பதற்கான நடவடிக்கைகளை எடுக்க வேண்டும். இதில், புதிய தொழில்நுட்பங்களைப் பயன்படுத்துதல், சுற்றுச்சூழல் விதிமுறைகளை அமல்படுத்துதல் மற்றும் பொதுமக்களுக்கு சுற்றுச்சூழல் பாதுகாப்பு குறித்த விழிப்புணர்வை ஏற்படுத்துதல் ஆகியவை அடங்கும்.

- பல்லுயிர் பாதுகாத்தல்: பல்லுயிர் பாதுகாப்பதற்கான நடவடிக்கைகளை எடுக்க வேண்டும். இதில், வனங்களைப் பாதுகாத்தல், காட்டு விலங்குகளைப் பாதுகாத்தல் மற்றும் பல்லுயிர் இழப்பிற்கு வழிவகுக்கும் நடவடிக்கைகளை தடுக்க வேண்டும்.

- காலநிலை மாற்றத்தைக் குறைத்தல்: காலநிலை மாற்றத்தைக் குறைப்பதற்கான நடவடிக்கைகளை எடுக்க வேண்டும். இதில், புதுப்பிக்கத்தக்க ஆற்றல் மூலங்களைப் பயன்படுத்துதல், கார்பன் வெளியேற்றத்தைக் குறைத்தல் மற்றும் காலநிலை மாற்றத்தின் தாக்கங்களைக் குறைக்க திட்டங்களை உருவாக்குதல் ஆகியவை அடங்கும்.

Chapter 2: Air and Water Pollution: Impacts on Respiratory and Cardiovascular Health

அத்தியாயம் 2: காற்று மற்றும் நீர் மாசுபாடு: சுவாசக் குழாய் மற்றும் இதய நோய்கள் மீதான தாக்கங்கள்

காற்று மற்றும் நீர் மாசுபாடு சுவாசக் குழாய் மற்றும் இதய நோய்கள் மீதான தாக்கம்

முன்னுரை

காற்று மற்றும் நீர் மாசுபாடு மனித ஆரோக்கியத்திற்கு மிக முக்கியமான அச்சுறுத்தல்களில் ஒன்றாகும். இந்த மாசுபாடுகள் சுவாசக் குழாய் மற்றும் இதய நோய்கள் போன்ற பல சுகாதார பிரச்சினைகளுக்கு வழிவகுக்கும்.

காற்று மாசுபாடு

காற்று மாசுபாடு என்பது காற்றில் உள்ள தீங்கு விளைவிக்கும் பொருட்களின் அதிகப்படியான அளவாகும். இந்த பொருட்கள் தூசி, புகை, வாயுக்கள் மற்றும் நுண்ணுயிரிகள் ஆகியவற்றை உள்ளடக்கியது.

காற்று மாசுபாடு சுவாசக் குழாய் மற்றும் இதய நோய்கள் மீதான தாக்கம் பின்வருமாறு:

- சுவாசக் குழாய் நோய்கள்: காற்று மாசுபாடு சுவாசக் குழாய் நோய்கள், குறிப்பாக ஆஸ்துமா மற்றும் COPD ஆகியவற்றின் அபாயத்தைக் அதிகரிக்கிறது. இந்த நோய்கள் மூச்சுத் திணறல், இருமல் மற்றும் சளி ஆகியவற்றை ஏற்படுத்தும்.
- இதய நோய்கள்: காற்று மாசுபாடு இதய நோய்களின் அபாயத்தைக் அதிகரிக்கிறது. இந்த நோய்கள் மாரடைப்பு, பக்கவாதம் மற்றும் இதய செயலிழப்பு ஆகியவற்றை ஏற்படுத்தும்.

நீர் மாசுபாடு

நீர் மாசுபாடு என்பது நீரில் உள்ள தீங்கு விளைவிக்கும் பொருட்களின் அதிகப்படியான அளவாகும். இந்த பொருட்கள் நச்சுக்கள், கழிவுகள் மற்றும் நுண்ணுயிரிகள் ஆகியவற்றை உள்ளடக்கியது.

நீர் மாசுபாடு சுவாசக் குழாய் மற்றும் இதய நோய்கள் மீதான தாக்கம் பின்வருமாறு:

- சுவாசக் குழாய் நோய்கள்: நீர் மாசுபாடு சுவாசக் குழாய் நோய்கள், குறிப்பாக ஆஸ்துமா மற்றும் COPD ஆகியவற்றின் அபாயத்தைக் அதிகரிக்கிறது. இந்த

நோய்கள் மூச்சுத் திணறல், இருமல் மற்றும் சளி ஆகியவற்றை ஏற்படுத்தும்.

- இதய நோய்கள்: நீர் மாசுபாடு இதய நோய்களின் அபாயத்தைக் அதிகரிக்கிறது. இந்த நோய்கள் மாரடைப்பு, பக்கவாதம் மற்றும் இதய செயலிழப்பு ஆகியவற்றை ஏற்படுத்தும்.

சுகாதார விளைவுகள்

காற்று மற்றும் நீர் மாசுபாட்டின் சுகாதார விளைவுகள் பின்வருமாறு:

- சுவாசக் குழாய் நோய்கள்: காற்று மற்றும் நீர் மாசுபாட்டால் ஏற்படும் சுவாசக் குழாய் நோய்கள் பின்வருமாறு:
    - ஆஸ்துமா: ஆஸ்துமா என்பது ஒரு நீடித்த நோயாகும், இது மூச்சுக்குழாய்களில் வீக்கம் மற்றும் சுருக்கத்தை ஏற்படுத்துகிறது.
    - COPD: COPD என்பது ஒரு நீடித்த நோயாகும், இது சுவாசக் குழாய்களில் வீக்கம் மற்றும் சுருக்கத்தை ஏற்படுத்துகிறது.
- இதய நோய்கள்: காற்று மற்றும் நீர் மாசுபாட்டால் ஏற்படும் இதய நோய்கள் பின்வருமாறு:

- மாரடைப்பு: மாரடைப்பு என்பது இதய தசையில் இரத்த ஓட்டம் தடைபடும்போது ஏற்படும் ஒரு தீவிரமான சுகாதார நிலை.

- பக்கவாதம்: பக்கவாதம் என்பது மூளைக்கு இரத்த ஓட்டம் தடைபடும்போது ஏற்படும் ஒரு தீவிரமான சுகாதார நிலை.

- இதய செயலிழப்பு: இதய செயலிழப்பு என்பது இதயம் உடலின் தேவைகளுக்கு போதுமான இரத்தத்தை பம்ப் செய்ய முடியாத ஒரு நிலை.

முடிவுரை

காற்று மற்றும் நீர் மாசுபாடு மனித ஆரோக்கியத்திற்கு மிக முக்கியமான அச்சுறுத்தல்களில் ஒன்றாகும். இந்த மாசுபாடுகள் சுவாசக் குழாய் மற்றும் இதய நோய்கள் போன்ற பல சுகாதார பிரச்சினைகளுக்கு வழிவகுக்கும்.

காற்று மற்றும் நீர் மாசுபடுத்திகள் மனித ஆரோக்கியத்திற்கு தீங்கு விளைவிக்கும் வழிமுறைகள்

முன்னுரை

காற்று மற்றும் நீர் மாசுபாடு மனித ஆரோக்கியத்திற்கு மிக முக்கியமான அச்சுறுத்தல்களில் ஒன்றாகும். இந்த மாசுபாடுகள் சுவாசக் குழாய் மற்றும் இதய நோய்கள், புற்றுநோய், நரம்பு மண்டல கோளாறுகள் மற்றும் பிற சுகாதார பிரச்சினைகளுக்கு வழிவகுக்கும்.

காற்று மற்றும் நீர் மாசுபடுத்திகள் மனித ஆரோக்கியத்திற்கு தீங்கு விளைவிக்கும் பல வழிமுறைகள் உள்ளன. இந்த வழிமுறைகள் பின்வருமாறு:

- உடலில் உள்ள திசுக்களுக்கு நேரடியாக சேதத்தை விளைவிப்பது
- உடலில் உள்ள நோய் எதிர்ப்பு சக்தியைக் குறைப்பது
- உடலில் உள்ள ஹார்மோன்களின் சுழற்சியை பாதிப்பது
- உடலில் உள்ள செல்களின் மரபணுக்களை சேதப்படுத்துவது

காற்று மாசுபடுத்திகள் மனித ஆரோக்கியத்திற்கு தீங்கு விளைவிக்கும் வழிமுறைகள்

காற்று மாசுபடுத்திகள் மனித ஆரோக்கியத்திற்கு தீங்கு விளைவிக்கும் பல வழிமுறைகள் உள்ளன. இந்த வழிமுறைகள் பின்வருமாறு:

- உடலில் உள்ள திசுக்களுக்கு நேரடியாக சேதத்தை விளைவிப்பது: காற்று மாசுபடுத்திகள், குறிப்பாக தூசி, புகை மற்றும் வாயுக்கள், சுவாசக் குழாய் மற்றும் நுரையீரலில் உள்ள திசுக்களுக்கு நேரடியாக சேதத்தை விளைவிக்கலாம். இந்த சேதம் சுவாசக் குழாய் மற்றும் நுரையீரலில் வீக்கம், சுருக்கம் மற்றும் புண்களை ஏற்படுத்தும்.

- உடலில் உள்ள நோய் எதிர்ப்பு சக்தியைக் குறைப்பது: காற்று மாசுபடுத்திகள் உடலில் உள்ள நோய் எதிர்ப்பு சக்தியைக் குறைக்கலாம். இது தொற்றுநோய்களுக்கு வழிவகுக்கும்.

- உடலில் உள்ள ஹார்மோன்களின் சுழற்சியை பாதிப்பது: காற்று மாசுபடுத்திகள் உடலில் உள்ள ஹார்மோன்களின் சுழற்சியை பாதிக்கலாம். இது பல்வேறு சுகாதார பிரச்சினைகளுக்கு வழிவகுக்கும்.

- உடலில் உள்ள செல்களின் மரபணுக்களை சேதப்படுத்துவது: காற்று மாசுபடுத்திகள் உடலில் உள்ள செல்களின் மரபணுக்களை சேதப்படுத்தலாம். இது புற்றுநோய் மற்றும் பிற நாள்பட்ட நோய்களுக்கு வழிவகுக்கும்.

காற்று மாசுபாட்டால் ஏற்படும் குறிப்பிட்ட சுகாதார விளைவுகள் பின்வருமாறு:

- சுவாசக் குழாய் நோய்கள்: காற்று மாசுபாடு சுவாசக் குழாய் நோய்கள், குறிப்பாக ஆஸ்துமா மற்றும் COPD ஆகியவற்றின் அபாயத்தைக் அதிகரிக்கிறது. இந்த நோய்கள் மூச்சுத் திணறல், இருமல் மற்றும் சளி ஆகியவற்றை ஏற்படுத்தும்.

- இதய நோய்கள்: காற்று மாசுபாடு இதய நோய்களின் அபாயத்தைக் அதிகரிக்கிறது. இந்த நோய்கள் மாரடைப்பு, பக்கவாதம் மற்றும் இதய செயலிழப்பு ஆகியவற்றை ஏற்படுத்தும்.

- புற்றுநோய்: காற்று மாசுபாடு புற்றுநோய், குறிப்பாக நுரையீரல் புற்றுநோய், வாய் புற்றுநோய் மற்றும் பிற புற்றுநோய்களின் அபாயத்தைக் அதிகரிக்கிறது.

- நரம்பு மண்டல கோளாறுகள்: காற்று மாசுபாடு நரம்பு மண்டல கோளாறுகள், குறிப்பாக அல்சைமர் நோய்

மற்றும் பார்கின்சன் நோய் ஆகியவற்றின் அபாயத்தைக் அதிகரிக்கிறது.

- பிற சுகாதார பிரச்சினைகள்: காற்று மாசுபாடு பிற சுகாதார பிரச்சினைகள், குறிப்பாக பிறப்பு குறைபாடுகள், மனநல பிரச்சினைகள் மற்றும் ஆரம்ப இறப்பு ஆகியவற்றின் அபாயத்தைக் அதிகரிக்கிறது.

இந்த வெளிப்பாடுகளுக்கு பாதிப்பு ஏற்படக்கூடிய சமூக மற்றும் பொருளாதார காரணிகளின் பங்கு

முன்னுரை

காற்று மற்றும் நீர் மாசுபாடு மனித ஆரோக்கியத்திற்கு மிக முக்கியமான அச்சுறுத்தல்களில் ஒன்றாகும். இந்த மாசுபாடுகள் சுவாசக் குழாய் மற்றும் இதய நோய்கள், புற்றுநோய், நரம்பு மண்டல கோளாறுகள் மற்றும் பிற சுகாதார பிரச்சினைகளுக்கு வழிவகுக்கும்.

காற்று மற்றும் நீர் மாசுபாட்டின் தாக்கங்கள் அனைவருக்கும் சமமாக விளைவிக்கப்படுவதில்லை. இந்த வெளிப்பாடுகளுக்கு பாதிப்பு ஏற்படக்கூடிய சமூக மற்றும் பொருளாதார காரணிகள் உள்ளன.

சமூக காரணிகள்

காற்று மற்றும் நீர் மாசுபாட்டின் தாக்கங்கள் அனைவருக்கும் சமமாக விளைவிக்கப்படுவதில்லை. இந்த வெளிப்பாடுகளுக்கு பாதிப்பு ஏற்படக்கூடிய சமூக காரணிகள் பின்வருமாறு:

- வயது: இளம் குழந்தைகள் மற்றும் பெரியவர்கள் காற்று மற்றும் நீர்

மாசுபாட்டிற்கு மிகவும் பாதிக்கப்படுகின்றனர்.

- பால்: பெண்கள் காற்று மற்றும் நீர் மாசுபாட்டிற்கு ஆண்களை விட அதிகமாக பாதிக்கப்படுகின்றனர்.

- இனம்: சில இனங்கள் காற்று மற்றும் நீர் மாசுபாட்டிற்கு மற்ற இனங்களை விட அதிகமாக பாதிக்கப்படுகின்றனர்.

- மருத்துவ நிலைமைகள்: சில சுகாதார நிலைமைகள் உள்ளவர்கள், எடுத்துக்காட்டாக ஆஸ்துமா, காற்று மற்றும் நீர் மாசுபாட்டிற்கு அதிகமாக பாதிக்கப்படுகின்றனர்.

பொருளாதார காரணிகள்

காற்று மற்றும் நீர் மாசுபாட்டின் தாக்கங்கள் அனைவருக்கும் சமமாக விளைவிக்கப்படுவதில்லை. இந்த வெளிப்பாடுகளுக்கு பாதிப்பு ஏற்படக்கூடிய பொருளாதார காரணிகள் பின்வருமாறு:

- வருமானம்: குறைந்த வருமானம் உள்ளவர்கள் காற்று மற்றும் நீர் மாசுபாட்டிற்கு அதிகமாக பாதிக்கப்படுகின்றனர்.

- கல்வி: குறைந்த கல்வி உள்ளவர்கள் காற்று மற்றும் நீர் மாசுபாட்டிற்கு அதிகமாக பாதிக்கப்படுகின்றனர்.
- வாழ்விடம்: குறைந்ததரமான வாழ்விடங்களில் வசிப்பவர்கள் காற்று மற்றும் நீர் மாசுபாட்டிற்கு அதிகமாக பாதிக்கப்படுகின்றனர்.

சமூக மற்றும் பொருளாதார காரணிகளின் தாக்கம்

சமூக மற்றும் பொருளாதார காரணிகள் காற்று மற்றும் நீர் மாசுபாட்டின் தாக்கங்களை பின்வரும் வழிகளில் பாதிக்கலாம்:

- வெளிப்பாட்டின் அளவு: சமூக மற்றும் பொருளாதார காரணிகள் மாசுபாட்டின் வெளிப்பாட்டின் அளவை பாதிக்கலாம். எடுத்துக்காட்டில், குறைந்த வருமானம் உள்ளவர்கள் பெரும்பாலும் அதிக மாசுபட்ட பகுதிகளில் வசிக்கிறார்கள்.
- உடல்நல பாதிப்புகளின் அபாயம்: சமூக மற்றும் பொருளாதார காரணிகள் உடல்நல பாதிப்புகளின் அபாயத்தை பாதிக்கலாம். எடுத்துக்காட்டில், ஆஸ்துமா உள்ளவர்கள் காற்று மாசுபாட்டிற்கு அதிகமாக பாதிக்கப்படுகின்றனர்.

- சுகாதார பராமரிப்பு அணுகல்: சமூக மற்றும் பொருளாதார காரணிகள் சுகாதார பராமரிப்பு அணுகலை பாதிக்கலாம். எடுத்துக்காட்டில், குறைந்த வருமானம் உள்ளவர்கள் சுகாதார பராமரிப்புக்கு குறைந்த அணுகலைக் கொண்டிருக்கலாம்.

முடிவுரை

காற்று மற்றும் நீர் மாசுபாட்டின் தாக்கங்கள் அனைவருக்கும் சமமாக விளைவிக்கப்படுவதில்லை. இந்த வெளிப்பாடுகளுக்கு பாதிப்பு ஏற்படக்கூடிய சமூக மற்றும் பொருளாதார காரணிகள் உள்ளன. இந்த காரணிகளைப் புரிந்துகொள்வது காற்று மற்றும் நீர் மாசுபாட்டின் தாக்கங்களைக் குறைக்க நடவடிக்கை எடுக்க உதவும்.

சமூக மற்றும் பொருளாதார காரணிகளின் பங்கைக் குறைக்க நடவடிக்கைகள்

காற்று மற்றும் நீர் மாசுபாட்டின் தாக்கங்களைக் குறைக்க சமூக மற்றும் பொருளாதார காரணிகளின் பங்கைக் குறைக்க நடவடிக்கை எடுக்கலாம். இந்த நடவடிக்கைகள் பின்வருமாறு:

- சுற்றுச்சூழல் பாதுகாப்பு விழிப்புணர்வை அதிகரிக்கவும்: சமூக மற்றும் பொருளாதார பாதிப்ப

Chapter 3: Chemical Exposures and Toxic Burden: Impacts on Neurological and Developmental Health

அத்தியாயம் 3: இரசாயன வெளிப்பாடுகள் மற்றும் நச்சு சுமை: நரம்பியல் மற்றும் வளர்ச்சி ஆரோக்கியத்தின் மீதான தாக்கங்கள்

குறிப்பாக குழந்தைகளில், நச்சுகள், இரசாயனங்கள் மற்றும் பூச்சிக்கொல்லிகளின் நரம்பியல் மற்றும் வளர்ச்சி ஆரோக்கியத்தில் ஏற்படும் தாக்கம்

முன்னுரை

குழந்தைகள் தங்கள் வாழ்க்கையின் ஆரம்ப ஆண்டுகளில் வளர்ச்சியின் மிக வேகமான கட்டத்தில் உள்ளனர். இந்த நேரத்தில், அவர்கள் சுற்றுச்சூழலிலிருந்து நச்சுகள், இரசாயனங்கள் மற்றும் பூச்சிக்கொல்லிகளுக்கு அதிக வெளிப்பாட்டிற்கு ஆளாகிறார்கள். இந்த வெளிப்பாடுகள் குழந்தைகளின் நரம்பியல் மற்றும் வளர்ச்சி ஆரோக்கியத்தில் நீண்டகால தாக்கங்களை ஏற்படுத்தும்.

நச்சுகள், இரசாயனங்கள் மற்றும் பூச்சிக்கொல்லிகளின் நரம்பியல் தாக்கம்

நச்சுகள், இரசாயனங்கள் மற்றும் பூச்சிக்கொல்லிகள் குழந்தைகளின் நரம்பியல் வளர்ச்சியில் பல வழிகளில் தாக்கத்தை ஏற்படுத்தும். இந்த பொருட்கள் மூளையின் வளர்ச்சி மற்றும் செயல்பாட்டை பாதிக்கலாம், மேலும் கற்றல், நினைவாற்றல் மற்றும் நடத்தை பிரச்சினைகளுக்கு வழிவகுக்கும்.

நச்சுகள், இரசாயனங்கள் மற்றும் பூச்சிக்கொல்லிகளின் வளர்ச்சி தாக்கம்

நச்சுகள், இரசாயனங்கள் மற்றும் பூச்சிக்கொல்லிகள் குழந்தைகளின் உடல் வளர்ச்சியில் தாக்கத்தை ஏற்படுத்தும். இந்த பொருட்கள் எலும்பு வளர்ச்சி, எடை அதிகரிப்பு மற்றும் பிற உடல் செயல்பாடுகளை பாதிக்கலாம்.

குழந்தைகளில் நச்சுகள், இரசாயனங்கள் மற்றும் பூச்சிக்கொல்லிகளின் வெளிப்பாட்டின் ஆதாரங்கள்

குழந்தைகள் நச்சுகள், இரசாயனங்கள் மற்றும் பூச்சிக்கொல்லிகளுக்கு வெளிப்படும் பல வழிமுறைகள் உள்ளன. இந்த வெளிப்பாடுகளின் ஆதாரங்கள் பின்வருமாறு:

- வாயு மாசுபாடு: காற்றில் உள்ள நச்சுகள், இரசாயனங்கள் மற்றும் பூச்சிக்கொல்லிகள் குழந்தைகளின் மூச்சுக்குழாய் வழியாக உடலுக்குள் நுழைந்து மூளை மற்றும் நரம்பு மண்டலத்தை பாதிக்கலாம்.

- நீர் மாசுபாடு: குடிநீரில் உள்ள நச்சுகள், இரசாயனங்கள் மற்றும் பூச்சிக்கொல்லிகள் குழந்தைகளின் உடலுக்குள் நுழைந்து நரம்பு மண்டலத்தை பாதிக்கலாம்.

- உணவு மாசுபாடு: உணவில் உள்ள நச்சுகள், இரசாயனங்கள் மற்றும் பூச்சிக்கொல்லிகள் குழந்தைகளின் உடலுக்குள் நுழைந்து நரம்பு மண்டலத்தை பாதிக்கலாம்.

- பூச்சிக்கொல்லிகளின் வெளிப்புற பயன்பாடு: பூச்சிக்கொல்லிகளை வீடுகள், பூங்காக்கள் மற்றும் விளைநிலங்களில் பயன்படுத்துவது குழந்தைகளை வெளிப்புறமாக வெளிப்படும் நச்சுகள், இரசாயனங்கள் மற்றும் பூச்சிக்கொல்லிகளுக்கு வெளிப்படுத்துகிறது.

- தொழிற்சாலை மற்றும் விவசாயத் தொழில்களில் வெளிப்பாடு: தொழிற்சாலைகள் மற்றும் விவசாயத் தொழில்களில்

பயன்படுத்தப்படும் நச்சுகள், இரசாயனங்கள் மற்றும் பூச்சிக்கொல்லிகளுக்கு குழந்தைகள் வெளிப்படலாம்.

குழந்தைகளில் நச்சுகள், இரசாயனங்கள் மற்றும் பூச்சிக்கொல்லிகளின் தாக்கத்தைக் குறைக்க நடவடிக்கைகள்

குழந்தைகளில் நச்சுகள், இரசாயனங்கள் மற்றும் பூச்சிக்கொல்லிகளின் தாக்கத்தைக் குறைக்க பின்வரும் நடவடிக்கைகளை எடுக்கலாம்:

- சுற்றுச்சூழல் மாசுபாட்டைக் குறைக்க: சுற்றுச்சூழல் மாசுபாட்டைக் குறைக்க நடவடிக்கை எடுப்பது குழந்தைகளின் வெளிப்பாட்டைக் குறைக்க உதவும்.

- சுகாதாரமான உணவுப் பழக்கங்களை ஊக்குவிக்க: சுகாதாரமான உணவுப் பழக்கங்களை ஊக்குவிப்பது குழந்தைகளின் உணவில் உள்ள நச்சுகள், இரசாயனங்கள் மற்றும் பூச்சிக்கொல்லிகளின் வெளிப்பாட்டைக் குறைக்க உதவும்.

- பூச்சிக்கொல்லிகளின் பயன்பாட்டைக் குறைக்க: பூச்சிக்கொல்லிகளின் பயன்பாட்டைக் குறைப்பது குழந்தைகளின் வெளிப்பாட்டைக் குறைக்க உதவும்

உயிர்ச்சேர்க்கை என்ற கருத்தை விவாதித்து, அது சுகாதார விளைவுகளுக்கான தாக்கங்களை விளக்குகிறது

முன்னுரை

உயிர்ச்சேர்க்கை என்பது ஒரு உயிரினம் அதன் சூழலில் இருந்து ஊட்டச்சத்து மற்றும் ஆற்றலைப் பெறுவதற்கான செயல்முறையாகும். உயிர்ச்சேர்க்கை என்பது அனைத்து உயிரினங்களின் அடிப்படை தேவையாகும், மேலும் இது சுகாதாரம் மற்றும் நல்வாழ்வுக்கு அவசியமானது.

உயிர்ச்சேர்க்கையின் வகைகள்

உயிர்ச்சேர்க்கை இரண்டு முக்கிய வகைகளாகப் பிரிக்கப்படுகிறது:

- பசுமையான உயிர்ச்சேர்க்கை: பசுமையான உயிர்ச்சேர்க்கை என்பது தாவரங்களிலிருந்து பெறப்படும் ஊட்டச்சத்துக்கள் மற்றும் ஆற்றலைப் பயன்படுத்துவதாகும்.

- நீண்ட உயிர்ச்சேர்க்கை: நீண்ட உயிர்ச்சேர்க்கை என்பது விலங்குகள் மற்றும் பிற உயிரினங்களிலிருந்து பெறப்படும் ஊட்டச்சத்துக்கள் மற்றும் ஆற்றலைப் பயன்படுத்துவதாகும்.

உயிர்ச்சேர்க்கையின் சுகாதார விளைவுகள்

உயிர்ச்சேர்க்கை சுகாதாரம் மற்றும் நல்வாழ்வுக்கு பல நன்மைகளை வழங்குகிறது. உயிர்ச்சேர்க்கை நோய் எதிர்ப்பு சக்தியை மேம்படுத்துகிறது, வளர்ச்சியை ஊக்குவிக்கிறது, ஆற்றலை அதிகரிக்கிறது மற்றும் மனநிலையை மேம்படுத்துகிறது.

உயிர்ச்சேர்க்கை நோய் எதிர்ப்பு சக்தியை மேம்படுத்துகிறது

உயிர்ச்சேர்க்கை நோய் எதிர்ப்பு சக்தியை மேம்படுத்துவதன் மூலம் ஆரோக்கியத்தை மேம்படுத்துகிறது. ஊட்டச்சத்துக்கள் மற்றும் ஆற்றல் நோய் எதிர்ப்பு அமைப்பை வலுப்படுத்த உதவுகிறது, இது தொற்றுநோய்களுக்கு எதிராக உடலைப் பாதுகாக்க உதவுகிறது.

உயிர்ச்சேர்க்கை வளர்ச்சியை ஊக்குவிக்கிறது

உயிர்ச்சேர்க்கை வளர்ச்சியை ஊக்குவிப்பதன் மூலம் ஆரோக்கியத்தை மேம்படுத்துகிறது. ஊட்டச்சத்துக்கள் மற்றும் ஆற்றல் வளர்ச்சி மற்றும் வளர்ச்சிக்கான அத்தியாவசிய தேவைகள் ஆகும். குழந்தைகள் மற்றும் இளம் பருவத்தினருக்கு உயிர்ச்சேர்க்கை குறிப்பாக முக்கியம், ஏனெனில் இது அவர்களின் உடல் மற்றும் உள வளர்ச்சியை ஆதரிக்க உதவுகிறது.

உயிர்ச்சேர்க்கை ஆற்றலை அதிகரிக்கிறது

உயிர்ச்சேர்க்கை ஆற்றலை அதிகரிப்பதன் மூலம் ஆரோக்கியத்தை மேம்படுத்துகிறது. ஊட்டச்சத்துக்கள் மற்றும் ஆற்றல் உடலுக்கு ஆற்றலை வழங்குகிறது, இது செயல்பாடு மற்றும் சோர்வு குறைப்புக்கு அவசியம்.

உயிர்ச்சேர்க்கை மனநிலையை மேம்படுத்துகிறது

உயிர்ச்சேர்க்கை மனநிலையை மேம்படுத்துவதன் மூலம் ஆரோக்கியத்தை மேம்படுத்துகிறது. ஊட்டச்சத்துக்கள் மற்றும் ஆற்றல் மனநிலை மற்றும் மனநலனை மேம்படுத்துவதில் முக்கிய பங்கு வகிக்கிறது.

உயிர்ச்சேர்க்கையின் சிக்கல்கள்

உயிர்ச்சேர்க்கை சில சிக்கல்களையும் ஏற்படுத்தும். உதாரணமாக, உயிர்ச்சேர்க்கை உணவு விஷம் மற்றும் பிற சுகாதார பிரச்சினைகளுக்கு வழிவகுக்கும். உயிர்ச்சேர்க்கை உணவுகளை சரியான முறையில் சமைத்தால் மற்றும் பதப்படுத்தினால் இந்த ஆபத்துகளைக் குறைக்கலாம்.

உயிர்ச்சேர்க்கையின் முக்கியத்துவம்

உயிர்ச்சேர்க்கை சுகாதாரம் மற்றும் நல்வாழ்வுக்கு அவசியமானது. உயிர்ச்சேர்க்கை நோய் எதிர்ப்பு சக்தியை மேம்படுத்துகிறது, வளர்ச்சியை ஊக்குவிக்கிறது, ஆற்றலை அதிகரிக்கிறது மற்றும் மனநிலையை மேம்படுத்துகிறது.

இரசாயன வெளிப்பாடுகளை குறைப்பதில் கொள்கை மற்றும் ஒழுங்குமுறைகளின் பங்கு

முன்னுரை

இரசாயனங்கள் நம் வாழ்க்கையின் அனைத்து அம்சங்களிலும் உள்ளன. அவை நம் உணவில், நம் தோலில், நம் சுற்றுச்சூழலில் உள்ளன. சில இரசாயனங்கள் மனித ஆரோக்கியத்திற்கு தீங்கு விளைவிக்கும், எனவே அவற்றின் வெளிப்பாட்டைக் குறைப்பது அவசியம்.

கொள்கை மற்றும் ஒழுங்குமுறைகள் இரசாயன வெளிப்பாடுகளை குறைப்பதில் முக்கிய பங்கு வகிக்கின்றன. கொள்கைகள் மற்றும் ஒழுங்குமுறைகள் இரசாயனங்களின் பயன்பாட்டை கட்டுப்படுத்தலாம், அவற்றின் பாதுகாப்பு குறித்த தகவல்களை வழங்கலாம் மற்றும் அவற்றின் வெளிப்பாட்டைக் குறைக்க நடவடிக்கைகளை எடுக்கலாம்.

கொள்கை மற்றும் ஒழுங்குமுறைகளின் வகைகள்

இரசாயன வெளிப்பாடுகளை குறைப்பதில் பல வகையான கொள்கைகள் மற்றும் ஒழுங்குமுறைகள் பயன்படுத்தப்படுகின்றன. இந்த கொள்கைகள் மற்றும் ஒழுங்குமுறைகள் பின்வருமாறு:

- இரசாயனங்களின் பயன்பாட்டைக் கட்டுப்படுத்தும் கொள்கைகள்: இந்த கொள்கைகள் குறிப்பிட்ட இரசாயனங்களைப் பயன்படுத்துவதைத் தடைசெய்யலாம் அல்லது கட்டுப்படுத்துலாம். உதாரணமாக, சில நாடுகளில் டிரைக்லோரோரோடைஃப்ளூரோமீத்தேன் (டிசிபிஎஃப்) போன்ற குறிப்பிட்ட குளிர்பதன முகவர்களின் பயன்பாட்டை தடைசெய்யப்பட்டுள்ளது.
- இரசாயனங்களின் பாதுகாப்பு குறித்த தகவல்களை வழங்கும் கொள்கைகள்: இந்த கொள்கைகள் இரசாயனங்களின் பாதுகாப்பு குறித்த தகவல்களை உற்பத்தியாளர்கள் மற்றும் பயனர்களுக்கு வழங்க கட்டாயப்படுத்துகின்றன. உதாரணமாக, அ மெரிக்காவில், மின்காந்த புலங்களின் (EMF) பாதுகாப்பு குறித்த தகவல்களை உற்பத்தியாளர்கள் வழங்க வேண்டும்.
- இரசாயன வெளிப்பாட்டைக் குறைக்க நடவடிக்கைகளை எடுக்கும் கொள்கைகள்: இந்த கொள்கைகள் இரசாயன வெளிப்பாட்டைக் குறைக்க நடவடிக்கைகளை எடுக்க அரசாங்கங்களைக் கட்டாயப்படுத்துகின்றன. உதாரணமாக, அ மெரிக்காவில், EPA தொழில்துறைகள்

இரசாயனங்களின் வெளிப்பாட்டைக் குறைக்க நடவடிக்கை எடுக்க வேண்டும் என்று கட்டாயப்படுத்துகிறது.

கொள்கை மற்றும் ஒழுங்குமுறைகளின் தாக்கம்

கொள்கை மற்றும் ஒழுங்குமுறைகள் இரசாயன வெளிப்பாடுகளை குறைப்பதில் குறிப்பிடத்தக்க தாக்கத்தை ஏற்படுத்துகின்றன. உதாரணமாக, அமெரிக்காவில், EPA இன் கொள்கைகள் மற்றும் ஒழுங்குமுறைகள் காரணமாக, காற்று மற்றும் நீர் மாசுபாட்டில் குறிப்பிடத்தக்க குறைவு ஏற்பட்டுள்ளது.

கொள்கை மற்றும் ஒழுங்குமுறைகளின் சிக்கல்கள்

கொள்கை மற்றும் ஒழுங்குமுறைகள் இரசாயன வெளிப்பாடுகளை குறைப்பதில் உதவும் என்றாலும், அவை சில சிக்கல்களையும் ஏற்படுத்துகின்றன. இந்த சிக்கல்கள் பின்வருமாறு:

- கொள்கை மற்றும் ஒழுங்குமுறைகள் சில சமயங்களில் தொழில்துறை மற்றும் வணிகத்திற்கு அதிக செலவாகும்.
- கொள்கை மற்றும் ஒழுங்குமுறைகள் எப்போதும் திறம்பட செயல்படாது.

எதிர்கால போக்குகள்

இரசாயன வெளிப்பாடுகளை குறைப்பதில் கொள்கை மற்றும் ஒழுங்குமுறைகளின் பங்கு எதிர்காலத்தில் அதிகரிக்கும் என்று எதிர்பார்க்கப்படுகிறது. இதற்கு காரணம், இரசாயனங்களின் பயன்பாடு அதிகரித்து வருவதும், இரசாயனங்களின் சுற்றுச்சூழல் மற்றும் மனித ஆரோக்கிய தாக்கங்கள் பற்றிய விழிப்புணர்வு அதிகரித்து வருவதும் ஆகும்.

முடிவுரை

கொள்கை மற்றும் ஒழுங்குமுறைகள் இரசாயன வெளிப்பாடுகளை குறைப்பதில் முக்கிய பங்கு வகிக்கின்றன. இந்த கொள்கைகள் மற்றும் ஒழுங்குமுறைகள் இரசாயனங்களின் பயன்பாட்டைக் கட்டுப்படுத்தவும், அவற்றின் பாதுகாப்பு குறித்த தகவல்களை வழங்கவும், அவற்றின் வெளிப்பாட்டைக் குறைக்க நடவடிக்கைகளை எடுக்கவும் உதவுகின்றன.

Chapter 4: Built Environments and Social Determinants: Impacts on Physical Activity and Mental Health

அத்தியாயம் 4: கட்டப்பட்ட சூழல்கள் மற்றும் சமூக நிர்ணயங்கள்: உடல் செயல்பாடு மற்றும் மன ஆரோக்கியத்தின் மீதான தாக்கங்கள்

நகர்ப்புற திட்டமிடல், போக்குவரத்து அமைப்புகள் மற்றும் பசுமை இடங்களுக்கான அணுகல் உடல் செயல்பாடு மற்றும் மன ஆரோக்கியத்தை எவ்வாறு பாதிக்கின்றன

முன்னுரை

நகர்ப்புற திட்டமிடல், போக்குவரத்து அமைப்புகள் மற்றும் பசுமை இடங்களுக்கான அணுகல் ஆகியவை நகரங்களில் வசிக்கும் மக்களின் உடல் செயல்பாடு மற்றும் மன ஆரோக்கியத்தை பாதிக்கும் முக்கிய காரணிகளாகும்.

நகர்ப்புற திட்டமிடல் மற்றும் உடல் செயல்பாடு

நகர்ப்புற திட்டமிடல் என்பது நகரங்களின் கட்டமைப்பு மற்றும் செயல்பாட்டை

வடிவமைக்கும் செயல்முறையாகும். நகர்ப்புற திட்டமிடல் உடல் செயல்பாட்டை பாதிக்கும் பல வழிகளில்:

- நகர்ப்புற வடிவமைப்பு: நகர்ப்புற வடிவமைப்பு என்பது நகரங்களின் தோற்றம் மற்றும் அமைப்பை குறிக்கிறது. நகர்ப்புற வடிவமைப்பு உடல் செயல்பாட்டை பாதிக்கும் பல வழிகளில்:
    - நடைபயிற்சி மற்றும் சைக்கிள் ஓட்டுவதற்கு ஏற்ற சாலைகள் மற்றும் பாதைகள்: நடைபயிற்சி மற்றும் சைக்கிள் ஓட்டுவதற்கு ஏற்ற சாலைகள் மற்றும் பாதைகள் இருப்பது மக்களுக்கு உடல் செயல்பாட்டில் ஈடுபட உதவுகிறது.
    - பாதுகாப்பான மற்றும் அணுகக்கூடிய பூங்காக்கள் மற்றும் விளையாட்டு மைதானங்கள்: பாதுகாப்பான மற்றும் அணுகக்கூடிய பூங்காக்கள் மற்றும் விளையாட்டு மைதானங்கள் இருப்பது மக்களுக்கு உடல் செயல்பாட்டில் ஈடுபட உதவுகிறது.
- உள்கட்டமைப்பு: உள்கட்டமைப்பு என்பது நகரங்களின் பொது கட்டமைப்புகளைக் குறிக்கிறது. உள்கட்டமைப்பு உடல் செயல்பாட்டை பாதிக்கும் பல வழிகளில்:

- பாதுகாப்பான மற்றும் அணுகக்கூடிய நடைபாதைகள் மற்றும் சைக்கிள் பாதைகள்: பாதுகாப்பான மற்றும் அணுகக்கூடிய நடைபாதைகள் மற்றும் சைக்கிள் பாதைகள் இருப்பது மக்களுக்கு உடல் செயல்பாட்டில் ஈடுபட உதவுகிறது.

- பாதுகாப்பான மற்றும் அணுகக்கூடிய பொதுப் போக்குவரத்து அமைப்புகள்: பாதுகாப்பான மற்றும் அணுகக்கூடிய பொதுப் போக்குவரத்து அமைப்புகள் இருப்பது மக்களுக்கு உடல் செயல்பாட்டில் ஈடுபட உதவுகிறது.

போக்குவரத்து அமைப்புகள் மற்றும் உடல் செயல்பாடு

போக்குவரத்து அமைப்புகள் என்பது நகரங்களில் மக்கள் மற்றும் பொருட்களை ஒரு இடத்திலிருந்து இன்னொரு இடத்திற்கு கொண்டு செல்லும் முறையாகும். போக்குவரத்து அமைப்புகள் உடல் செயல்பாட்டை பாதிக்கும் பல வழிகளில்:

- வாகன சார்ந்த போக்குவரத்து: வாகன சார்ந்த போக்குவரத்து என்பது நகரங்களில் பொதுவான போக்குவரத்து முறையாகும். வாகன சார்ந்த போக்குவரத்து உடல் செயல்பாட்டை குறைக்கிறது, ஏனெனில் இது மக்களை

தங்கள் வாகனங்களில் செலவிட அதிக நேரம் செலவிட வைக்கிறது.

- பொதுப் போக்குவரத்து: பொதுப் போக்குவரத்து என்பது நகரங்களில் வாகன சார்ந்த போக்குவரத்திற்கு மாற்று ஆகும். பொதுப் போக்குவரத்து உடல் செயல்பாட்டை அதிகரிக்க உதவுகிறது, ஏனெனில் இது மக்களை நடக்க அல்லது சைக்கிள் ஓட்ட ஊக்குவிக்கிறது.

பசுமை இடங்கள் மற்றும் உடல் செயல்பாடு

பசுமை இடங்கள் என்பது நகரங்களில் உள்ள பூங்காக்கள், விளையாட்டு மைதானங்கள் மற்றும் பிற திறந்த வெளி இடங்களைக் குறிக்கிறது. பசுமை இடங்கள் உடல் செயல்பாட்டை பாதிக்கும் பல வழிகளில்:

- உடல் செயல்பாட்டிற்கு ஊக்குவிப்பு: பசுமை இடங்கள் உடல் செயல்பாட்டிற்கு ஊக்குவிப்பதாகும், ஏனெனில் அவை மக்களுக்கு நடக்க, சைக்கிள் ஓட்ட, விளையாட அல்லது திறந்த வெளியில் பொழுதை கழிக்க வாய்ப்பளிக்கின்றன.

சமூக-பொருளாதார நிலை மற்றும் சமூக ஒற்றுமை போன்ற சுகாதாரத்தின் சமூக நிர்ணயங்கள் நலவாழ்வை வடிவமைப்பதில் செலுத்தும் பங்கை விவாதிக்கிறது

முன்னுரை

சுகாதாரம் என்பது உடல், மன மற்றும் சமூக நலத்தின் நிலையாகும். இது ஒரு தனிநபரின் வாழ்க்கைத் தரத்தை தீர்மானிக்கும் முக்கிய காரணிகளில் ஒன்றாகும். சுகாதாரம் பல காரணிகளால் பாதிக்கப்படுகிறது, அதில் சுற்றுச்சூழல், வாழ்க்கை முறை மற்றும் சமூக-பொருளாதார நிலை ஆகியவை அடங்கும்.

சுகாதாரத்தின் சமூக நிர்ணயங்கள் என்பது சுகாதாரத்தை பாதிக்கும் சமூக காரணிகள் ஆகும். இந்த காரணிகள் பின்வருமாறு:

- சமூக-பொருளாதார நிலை: ஒருவரின் வருமானம், கல்வி மற்றும் வேலைவாய்ப்பு ஆகியவை அவர்களின் சுகாதாரத்தை பாதிக்கின்றன. குறைந்த வருமானம் உள்ளவர்கள், குறைந்த கல்வி பெற்றவர்கள் மற்றும் வேலை வாய்ப்பற்றவர்கள் அதிக ஆபத்தில் உள்ளனர்.

- சமூக ஒற்றுமை: ஒரு சமூகத்தில் உள்ள சமூக ஒற்றுமை அதன் மக்களின் சுகாதாரத்தை பாதிக்கிறது. சமூக ஒற்றுமை அதிகமாக உள்ள சமூகங்களில், மக்கள்

பொதுவாக ஆரோக்கியமாக இருக்கிறார்கள்.

சமூக-பொருளாதார நிலை மற்றும் நலவாழ்வு

சமூக-பொருளாதார நிலை என்பது சுகாதாரத்தை பாதிக்கும் மிக முக்கியமான சமூக காரணிகளில் ஒன்றாகும். குறைந்த வருமானம் உள்ளவர்கள், குறைந்த கல்வி பெற்றவர்கள் மற்றும் வேலை வாய்ப்பற்றவர்கள் அதிக ஆபத்தில் உள்ளனர்.

குறைந்த வருமானம் உள்ளவர்கள் அதிக ஆபத்தில் உள்ளனர் ஏனெனில் அவர்கள்:

- குறைந்த தரமான உணவை உட்கொள்கிறார்கள்.
- கொழுப்பு, சர்க்கரை மற்றும் உப்பு அதிகம் உள்ள உணவை உட்கொள்கிறார்கள்.
- உடல் செயல்பாடு குறைவாக உள்ளது.
- புகைபிடிக்கிறார்கள்.
- மதுபானம் அருந்துகிறார்கள்.

குறைந்த கல்வி பெற்றவர்கள் அதிக ஆபத்தில் உள்ளனர் ஏனெனில் அவர்கள்:

- சுகாதாரம் மற்றும் நோய் பற்றிய தகவல்களை குறைவாக அறிந்திருக்கிறார்கள்.

- சுகாதார பராமரிப்பு சேவைகளுக்கு அணுகல் குறைவாக உள்ளது.

வேலை வாய்ப்பற்றவர்கள் அதிக ஆபத்தில் உள்ளனர் ஏனெனில் அவர்கள்:

- மன அழுத்தம் மற்றும் பதட்டம் அதிகமாக உள்ளது.
- சமூக ஒற்றுமை குறைவாக உள்ளது.

சமூக ஒற்றுமை மற்றும் நலவாழ்வு

சமூக ஒற்றுமை என்பது ஒரு சமூகத்தில் உள்ள சமூக பிணைப்பு மற்றும் ஒருமைப்பாட்டை குறிக்கிறது. சமூக ஒற்றுமை அதிகமாக உள்ள சமூகங்களில், மக்கள் பொதுவாக ஆரோக்கியமாக இருக்கிறார்கள்.

சமூக ஒற்றுமை அதிகமாக உள்ள சமூகங்களில், மக்கள்:

- சுகாதாரம் மற்றும் நோய் பற்றிய தகவல்களை அதிகமாக அறிந்திருக்கிறார்கள்.
- சுகாதார பராமரிப்பு சேவைகளுக்கு அணுகல் அதிகமாக உள்ளது.
- மன அழுத்தம் மற்றும் பதட்டம் குறைவாக உள்ளது.

- ஆரோக்கியமான வாழ்க்கை முறையை மேற்கொள்வதற்கான ஆதரவைப் பெறுகிறார்கள்.

முடிவுரை

சமூக-பொருளாதார நிலை மற்றும் சமூக ஒற்றுமை போன்ற சுகாதாரத்தின் சமூக நிர்ணயங்கள் நலவாழ்வை வடிவமைப்பதில் குறிப்பிடத்தக்க பங்கை வகிக்கின்றன. சமூக-பொருளாதார நிலை குறைவாக உள்ளவர்கள் மற்றும் சமூக ஒற்றுமை குறைவாக உள்ளவர்கள் பொதுவாக ஆரோக்கியமற்றவர்களாக இருக்கிறார்கள்.

சமூக-பொருளாதார நிலை மற்றும் சமூக ஒற்றுமையை மேம்படுத்துவதன் மூலம், நலவாழ்வை மேம்படுத்த முடியும். இதற்கு கல்வி, வேலைவாய்ப்பு மற்றும் சமூக சேவைகளை மேம்படுத்துவது அவசியம்.

ஆரோக்கியமான கட்டப்பட்ட சூழலை ஊக்குவிப்பதற்கான தலையீடுகள் மற்றும் உத்திகள்

முன்னுரை

கட்டப்பட்ட சூழல் என்பது நமது உடல், மன மற்றும் சமூக ஆரோக்கியத்தை பாதிக்கும் முக்கிய காரணிகளில் ஒன்றாகும். ஆரோக்கியமான கட்டப்பட்ட சூழல் என்பது மக்களுக்கு உடல் செயல்பாடு, சுத்தமான காற்று மற்றும் தண்ணீர், பாதுகாப்பு மற்றும் சமூக ஒற்றுமை ஆகியவற்றை வழங்குகிறது.

ஆரோக்கியமான கட்டப்பட்ட சூழலை ஊக்குவிக்க பல தலையீடுகள் மற்றும் உத்திகள் உள்ளன. இந்த தலையீடுகள் மற்றும் உத்திகள் பின்வரும் அடிப்படைக் கொள்கைகளை அடிப்படையாகக் கொண்டவை:

- மக்கள் நடந்து, சைக்கிள் ஓட்டுவதற்கும் பொதுப் போக்குவரத்தைப் பயன்படுத்துவதற்கும் ஏற்ற வகையில் கட்டிடங்களை வடிவமைத்தல்.
- சுத்தமான காற்று மற்றும் தண்ணீரை வழங்குதல்.
- பாதுகாப்பான மற்றும் வசதியான பொது இடங்களை உருவாக்குதல்.

- சமூக ஒற்றுமையை ஊக்குவிக்கும் வகையில் கட்டிடங்களை வடிவமைத்தல்.

ஆரோக்கியமான கட்டப்பட்ட சூழலை ஊக்குவிக்க சில குறிப்பிட்ட தலையீடுகள் மற்றும் உத்திகள் பின்வருமாறு:

- நடைபாதைகள், சைக்கிள் பாதைகள் மற்றும் பொதுப் போக்குவரத்து அமைப்புகளை மேம்படுத்துதல்.

- பூங்காக்கள், விளையாட்டு மைதானங்கள் மற்றும் பிற திறந்த வெளி இடங்களை உருவாக்குதல்.

- சுற்றுச்சூழல் நெறிமுறைகளைப் பின்பற்றும் கட்டிடங்களை கட்டுவதற்கு அரசாங்கம் மற்றும் தனியார் துறைக்கு ஊக்கத்தொகை வழங்குதல்.

- மக்கள் ஆரோக்கியமான வாழ்க்கை முறையை மேற்கொள்ள உதவும் கல்வி மற்றும் விழிப்புணர்வு பிரச்சாரங்களை நடத்துதல்.

ஆரோக்கியமான கட்டப்பட்ட சூழலை ஊக்குவிப்பதற்கான தலையீடுகள் மற்றும் உத்திகள் பல நன்மைகளை வழங்குகின்றன. இந்த தலையீடுகள் மற்றும் உத்திகள் பின்வருவனவற்றை மேம்படுத்த உதவுகின்றன:

- உடல் செயல்பாடு: ஆரோக்கியமான கட்டப்பட்ட சூழல்கள் மக்களுக்கு உடல் செயல்பாட்டில் ஈடுபட வாய்ப்பளிக்கின்றன. உடல் செயல்பாடு உடல் மற்றும் மன ஆரோக்கியத்தை மேம்படுத்த உதவுகிறது.

- சுகாதாரம்: ஆரோக்கியமான கட்டப்பட்ட சூழல்கள் சுத்தமான காற்று மற்றும் தண்ணீரை வழங்குகின்றன. இது நோய்களைத் தடுக்க உதவுகிறது.

- பாதுகாப்பு: ஆரோக்கியமான கட்டப்பட்ட சூழல்கள் பாதுகாப்பான மற்றும் வசதியான பொது இடங்களை வழங்குகின்றன. இது மக்கள் பாதுகாப்பாக உணர உதவுகிறது.

- சமூக ஒற்றுமை: ஆரோக்கியமான கட்டப்பட்ட சூழல்கள் சமூக ஒற்றுமையை ஊக்குவிக்கும் வகையில் வடிவமைக்கப்பட்டுள்ளன. இது மக்களிடையே சமூக பிணைப்பை மேம்படுத்த உதவுகிறது.

முடிவுரை

ஆரோக்கியமான கட்டப்பட்ட சூழல் என்பது நமது உடல், மன மற்றும் சமூக ஆரோக்கியத்தை மேம்படுத்துவதற்கான ஒரு முக்கிய வழியாகும். ஆரோக்கியமான கட்டப்பட்ட சூழலை ஊக்குவிக்க அரசாங்கங்கள், தனியார் துறை

மற்றும் பொதுமக்கள் இணைந்து செயல்பட வேண்டும்.

Chapter 5: Climate Change and Extreme Weather Events: Impacts on Public Health and Mental Well-being

அத்தியாயம் 5: காலநிலை மாற்றம் மற்றும் தீவிர வானிலை நிகழ்வுகள்: பொது சுகாதாரம் மற்றும் மன நலவாழ்வு மீதான தாக்கங்கள்

வெப்ப அழுத்தம், காற்று மாசுபாடு, தீவிர வானிலை நிகழ்வுகள் உட்பட காலநிலை மாற்றத்தின் சுகாதார விளைவுகளை ஆராய்கிறது

முன்னுரை

காலநிலை மாற்றம் என்பது பூமியின் சராசரி வெப்பநிலை அதிகரிப்பதன் விளைவாக ஏற்படும் ஒரு பெரிய சுற்றுச்சூழல் மாற்றமாகும். இது பல்வேறு வழிகளில் மனித ஆரோக்கியத்தை பாதிக்கிறது.

வெப்ப அழுத்தம்

வெப்ப அழுத்தம் என்பது பூமியின் மேற்பரப்பில் வெப்பநிலை அதிகரிப்பதன் விளைவாக ஏற்படும் ஒரு சுகாதார ஆபத்து ஆகும். இது உடல் வெப்பநிலையை ஒழுங்குபடுத்துவதில் சிக்கல்கள், பதட்டம், தலைவலி, மயக்கம் மற்றும்

தீவிர சந்தர்ப்பங்களில் மரணம் ஆகியவற்றை ஏற்படுத்தும்.

வெப்ப அழுத்தம் பல்வேறு வழிகளில் மக்களை பாதிக்கிறது. வயதானவர்கள், குழந்தைகள், நோய்வாய்ப்பட்டவர்கள் மற்றும் உடல் உழைப்பில் ஈடுபடும் நபர்கள் வெப்ப அழுத்தத்திற்கு மிகவும் பாதிக்கப்படுகின்றனர்.

காற்று மாசுபாடு

காற்று மாசுபாடு என்பது காற்றில் நச்சுப் பொருட்களின் இருப்பைக் குறிக்கிறது. இது சுவாச நோய்கள், இதய நோய்கள், பக்கவாதம் மற்றும் புற்றுநோய் போன்ற பல சுகாதார பிரச்சினைகளுக்கு வழிவகுக்கும்.

காற்று மாசுபாடு பல்வேறு வழிகளில் மக்களை பாதிக்கிறது. பெரிய நகரங்களில் வசிப்பவர்கள், போக்குவரத்து நிறைந்த பகுதிகளில் வசிப்பவர்கள் மற்றும் தொழில்துறை பகுதிகளில் வசிப்பவர்கள் காற்று மாசுபாட்டால் அதிகம் பாதிக்கப்படுகின்றனர்.

தீவிர வானிலை நிகழ்வுகள்

தீவிர வானிலை நிகழ்வுகள் என்பது சூடான அலைகள், வறட்சி, வெள்ளம், புயல்கள் மற்றும் புயல்கள் போன்ற சூழ்நிலை நிகழ்வுகள் ஆகும். அவை காயங்கள், இறப்பு, வீடுகள் மற்றும்

வணிகங்கள் அழிவு மற்றும் பொருளாதார அதிர்ச்சி உட்பட பல சுகாதார மற்றும் சமூக பிரச்சினைகளுக்கு வழிவகுக்கும்.

தீவிர வானிலை நிகழ்வுகள் பல்வேறு வழிகளில் மக்களை பாதிக்கிறது. வறுமையில் வாழும் மக்கள், பழங்குடியின மக்கள் மற்றும் தீவிர வானிலை நிகழ்வுகளின் பாதிப்பிற்கு அதிகம் ஆளாகும் பிற சமூக குழுக்கள் தீவிர வானிலை நிகழ்வுகளால் அதிகம் பாதிக்கப்படுகின்றனர்.

காலநிலை மாற்றத்தின் சுகாதார விளைவுகளை குறைக்க நடவடிக்கைகள்

காலநிலை மாற்றத்தின் சுகாதார விளைவுகளை குறைக்க பல நடவடிக்கைகள் எடுக்கப்படலாம். இதில் அடங்கும்:

- பசுமை இல்ல வாயு உமிழ்வுகளைக் குறைக்க நடவடிக்கை எடுப்பது.
- வெப்ப அழுத்தம் மற்றும் தீவிர வானிலை நிகழ்வுகளின் தாக்கத்தை குறைக்க திட்டங்களை உருவாக்குதல்.
- பாதிக்கப்படக்கூடிய மக்களை பாதுகாக்க திட்டங்களை உருவாக்குதல்.

காலநிலை மாற்றம் என்பது ஒரு தீவிரமான சுகாதார பிரச்சினையாகும். காலநிலை

மாற்றத்தின் சுகாதார விளைவுகளை குறைக்க நடவடிக்கை எடுக்கப்படுவது முக்கியம்.

முடிவுரை

காலநிலை மாற்றம் என்பது பூமியின் சராசரி வெப்பநிலை அதிகரிப்பதன் விளைவாக ஏற்படும் ஒரு பெரிய சுற்றுச்சூழல் மாற்றமாகும். இது பல்வேறு வழிகளில் மனித ஆரோக்கியத்தை பாதிக்கிறது.

வெப்ப அழுத்தம், காற்று மாசுபாடு மற்றும் தீவிர வானிலை நிகழ்வுகள் போன்ற காலநிலை மாற்றத்தின் சுகாதார விளைவுகளைக் குறைக்க பல நடவடிக்கைகள் எடுக்கப்படலாம். இந்த நடவடிக்கைகள் காலநிலை மாற்றம் மனித ஆரோக்கியத்திற்கு ஏற்படுத்தும் தாக்கத்தை குறைக்க உதவும்.

கவலை மற்றும் இடம்பெயர்வு போன்ற காலநிலை மாற்றத்தின் மனநல தாக்கங்களை விவாதிக்கிறது

முன்னுரை

காலநிலை மாற்றம் என்பது பூமியின் சராசரி வெப்பநிலை அதிகரிப்பதன் விளைவாக ஏற்படும் ஒரு பெரிய சுற்றுச்சூழல் மாற்றமாகும். இது பல்வேறு வழிகளில் மனித ஆரோக்கியத்தை பாதிக்கிறது, அவற்றில் மனநல தாக்கங்கள் அடங்கும்.

கவலை

காலநிலை மாற்றம் பற்றிய கவலை என்பது காலநிலை மாற்றத்தின் மனநல தாக்கங்களில் மிகவும் பொதுவான ஒன்றாகும். இது காலநிலை மாற்றம் பற்றிய அறிவு, தனிப்பட்ட ஆபத்து உணர்வு மற்றும் காலநிலை மாற்றத்தின் பாதிப்பைப் பற்றிய தனிப்பட்ட அனுபவம் ஆகியவற்றால் பாதிக்கப்படுகிறது.

காலநிலை மாற்றம் பற்றிய கவலை பின்வரும் மனநல பிரச்சினைகளுக்கு வழிவகுக்கும்:

- பதட்டம்: கவலை மற்றும் பதட்டம் ஆகியவை காலநிலை மாற்றம் பற்றிய கவலையால் பொதுவாக ஏற்படும் மனநல பிரச்சினைகள் ஆகும்.

- அச்சம்: காலநிலை மாற்றம் பற்றிய கவலை அச்சத்திற்கு வழிவகுக்கும்.
- மனச்சோர்வு: காலநிலை மாற்றம் பற்றிய கவலை மனச்சோர்வுக்கு வழிவகுக்கும்.

இடம்பெயர்வு

காலநிலை மாற்றம் காரணமாக ஏற்படும் இடம்பெயர்வு என்பது மனநல தாக்கங்களுக்கு வழிவகுக்கும் மற்றொரு முக்கிய காரணியாகும். காலநிலை மாற்றம் காரணமாக ஏற்படும் இடம்பெயர்வு என்பது தனிநபர்கள் மற்றும் குடும்பங்களுக்கு ஒரு பெரும் மன அழுத்தம் ஆகும். இது பின்வரும் மனநல பிரச்சினைகளுக்கு வழிவகுக்கும்:

- பதட்டம்: காலநிலை மாற்றம் காரணமாக ஏற்படும் இடம்பெயர்வு பதட்டத்திற்கு வழிவகுக்கும்.
- அச்சம்: காலநிலை மாற்றம் காரணமாக ஏற்படும் இடம்பெயர்வு அச்சத்திற்கு வழிவகுக்கும்.
- மனச்சோர்வு: காலநிலை மாற்றம் காரணமாக ஏற்படும் இடம்பெயர்வு மனச்சோர்வுக்கு வழிவகுக்கும்.
- PTSD: காலநிலை மாற்றம் காரணமாக ஏற்படும் இடம்பெயர்வு PTSDக்கு வழிவகுக்கும்.

பிற மனநல தாக்கங்கள்

காலநிலை மாற்றம் பற்றிய கவலை மற்றும் இடம்பெயர்வு தவிர, காலநிலை மாற்றம் பின்வரும் மனநல பிரச்சினைகளுக்கு வழிவகுக்கும்:

- சுய கொலை: காலநிலை மாற்றம் சுய கொலைக்கு வழிவகுக்கும்.
- மருந்து மற்றும் போதைப் பழக்கம்: காலநிலை மாற்றம் மருந்து மற்றும் போதைப் பழக்கத்திற்கு வழிவகுக்கும்.
- உடல்நலப் பிரச்சினைகள்: காலநிலை மாற்றம் உடல்நலப் பிரச்சினைகளுக்கு வழிவகுக்கும்.

காலநிலை மாற்றத்தின் மனநல தாக்கங்களை குறைக்க நடவடிக்கைகள்

காலநிலை மாற்றத்தின் மனநல தாக்கங்களை குறைக்க பல நடவடிக்கைகள் எடுக்கப்படலாம். இதில் அடங்கும்:

- காலநிலை மாற்றம் பற்றிய விழிப்புணர்வை அதிகரித்தல்: காலநிலை மாற்றம் பற்றிய விழிப்புணர்வை அதிகரிப்பது கவலை மற்றும் பதட்டத்தை குறைக்க உதவும்.

- காலநிலை மாற்றம் பற்றிய கல்வி: காலநிலை மாற்றம் பற்றிய கல்வி மக்களுக்கு காலநிலை மாற்றத்தின் உண்மையான அபாயங்களைப் பற்றி புரிந்துகொள்ள உதவும்.
- காலநிலை மாற்றத்தை எதிர்த்துப் போராடுவதற்கான நடவடிக்கைகள்: காலநிலை மாற்றத்தை எதிர்த்துப் போராடுவதற்கான நடவடிக்கைகள் மக்களுக்கு காலநிலை மாற்றத்தைப் பற்றி நேர்மறையான உணர்வை ஏற்படுத்தும்.

முடிவுரை

காலநிலை மாற்றம் என்பது மனித ஆரோக்கியத்திற்கு ஒரு தீவிரமான அச்சுறுத்தலாகும். காலநிலை மாற்றத்தின் மனநல தாக்கங்களை குறைக்க நடவடிக்கை எடுக்கப்படுவது முக்கியம்.

பாதிக்கப்படக்கூடிய சமூகங்களுக்கான தழுவல் உத்திகள் மற்றும் திடத்தன்மை கட்டமைப்பை ஆராய்கிறது

முன்னுரை

காலநிலை மாற்றம் என்பது பூமியின் சராசரி வெப்பநிலை அதிகரிப்பதன் விளைவாக ஏற்படும் ஒரு பெரிய சுற்றுச்சூழல் மாற்றமாகும். இது பல்வேறு வழிகளில் மனித சமூகத்தை பாதிக்கிறது.

பாதிக்கப்படக்கூடிய சமூகங்கள் என்பது காலநிலை மாற்றத்தின் தாக்கங்களுக்கு அதிகம் ஆளாகும் சமூகங்களாகும். இதில் வறுமையில் வாழும் மக்கள், பழங்குடியின மக்கள், கடலோர சமூகங்கள் மற்றும் தீவிர வானிலை நிகழ்வுகளின் பாதிப்பிற்கு அதிகம் ஆளாகும் பிற சமூக குழுக்கள் அடங்கும்.

பாதிக்கப்படக்கூடிய சமூகங்கள் தழுவல் உத்திகள் மற்றும் திடத்தன்மை கட்டமைப்புகள் மூலம் காலநிலை மாற்றத்தின் தாக்கங்களை எதிர்கொள்ள முடியும்.

தழுவல் உத்திகள்

தழுவல் உத்திகள் என்பது காலநிலை மாற்றத்தின் தாக்கங்களை குறைக்க அல்லது தணிக்க வடிவமைக்கப்பட்ட

நடவடிக்கைகளாகும். தழுவல் உத்திகள் பின்வரும் வகைகளாகப் பிரிக்கப்படுகின்றன:

- பொருளாதார தழுவல்: பொருளாதார தழுவல் என்பது காலநிலை மாற்றத்தின் தாக்கங்களால் ஏற்படும் பொருளாதார இழப்புகளைக் குறைக்க வடிவமைக்கப்பட்ட நடவடிக்கைகளாகும்.

- சமூக தழுவல்: சமூக தழுவல் என்பது காலநிலை மாற்றத்தின் தாக்கங்களால் ஏற்படும் சமூக இழப்புகளைக் குறைக்க வடிவமைக்கப்பட்ட நடவடிக்கைகளாகும்.

- கலாச்சார தழுவல்: கலாச்சார தழுவல் என்பது காலநிலை மாற்றத்தின் தாக்கங்களால் ஏற்படும் கலாச்சார இழப்புகளைக் குறைக்க வடிவமைக்கப்பட்ட நடவடிக்கைகளாகும்.

பாதிக்கப்படக்கூடிய சமூகங்களுக்கான தழுவல் உத்திகள்

பாதிக்கப்படக்கூடிய சமூகங்களுக்கான தழுவல் உத்திகள் பின்வரும் அம்சங்களைக் கொண்டிருக்க வேண்டும்:

- பங்கேற்பு: தழுவல் உத்திகள் பாதிக்கப்படக்கூடிய சமூகங்களின் பங்களிப்புடன் உருவாக்கப்பட வேண்டும்.

- நெகிழ்வுத்தன்மை: தழுவல் உத்திகள் காலநிலை மாற்றத்தின் எதிர்கால போக்குகளுக்கு ஏற்ப மாற்றியமைக்கக்கூடியதாக இருக்க வேண்டும்.

- சமத்துவம்: தழுவல் உத்திகள் அனைத்து சமூக குழுக்களுக்கும் சமமாக கிடைக்க வேண்டும்.

திடத்தன்மை கட்டமைப்பு

திடத்தன்மை கட்டமைப்பு என்பது பாதிக்கப்படக்கூடிய சமூகங்கள் காலநிலை மாற்றத்தின் தாக்கங்களை எதிர்கொள்ள உதவும் ஒரு கட்டமைப்பாகும். திடத்தன்மை கட்டமைப்பு பின்வரும் கூறுகளைக் கொண்டிருக்க வேண்டும்:

- மக்கள் திறன்கள்: பாதிக்கப்படக்கூடிய சமூகங்களின் மக்களுக்கு காலநிலை மாற்றத்தை எதிர்கொள்ள தேவையான திறன்கள் இருக்க வேண்டும்.

- பொருளாதார வாய்ப்புகள்: பாதிக்கப்படக்கூடிய சமூகங்களுக்கு காலநிலை மாற்றத்திற்கு ஏற்ப தங்கள் பொருளாதாரத்தை மாற்றியமைக்க தேவையான வாய்ப்புகள் இருக்க வேண்டும்.

- சமூக ஆதரவு: பாதிக்கப்படக்கூடிய சமூகங்களுக்கு காலநிலை மாற்றத்தின்

தாக்கங்களை எதிர்கொள்ள தேவையான சமூக ஆதரவு இருக்க வேண்டும்.

முடிவுரை

பாதிக்கப்படக்கூடிய சமூகங்கள் தழுவல் உத்திகள் மற்றும் திடத்தன்மை கட்டமைப்புகள் மூலம் காலநிலை மாற்றத்தின் தாக்கங்களை எதிர்கொள்ள முடியும். இந்த உத்திகள் மற்றும் கட்டமைப்புகள் பாதிக்கப்படக்கூடிய சமூகங்களின் பங்களிப்புடன் உருவாக்கப்பட வேண்டும் மற்றும் நெகிழ்வுத்தன்மை, சமத்துவம் மற்றும் திறன் ஆகிய அம்சங்களைக் கொண்டிருக்க வேண்டும்.

Chapter 6: Individual Choices and Behaviors: Navigating the Environmental Health Landscape

அத்தியாயம் 6: தனிப்பட்ட தேர்வுகள் மற்றும் நடத்தைகள்: சுற்றுச்சூழல் ஆரோக்கிய நிலப்பரப்பை கடந்து செல்வது

உணவு, உடற்பயிற்சி, சுற்றுச்சூழல் அபாயங்களுக்கு உட்படுதல் போன்ற தனிப்பட்ட தேர்வுகள் மற்றும் நடத்தைகள் ஆரோக்கியத்தையும் நலவாழ்வையும் பாதிப்பதில் செலுத்தும் பங்கை ஆராய்கிறது

முன்னுரை

ஆரோக்கியம் என்பது உடல், மன மற்றும் சமூக நலத்தின் நிலையாகும். நலவாழ்வு என்பது மகிழ்ச்சி, திருப்தி மற்றும் நல்வாழ்வின் நிலையாகும்.

ஆரோக்கியம் மற்றும் நலவாழ்வு பல காரணிகளால் பாதிக்கப்படுகின்றன, அவற்றில் தனிப்பட்ட தேர்வுகள் மற்றும் நடத்தைகள் அடங்கும். உணவு, உடற்பயிற்சி மற்றும் சுற்றுச்சூழல் அபாயங்களுக்கு உட்படுதல் ஆகியவை ஆரோக்கியத்தையும் நலவாழ்வையும்

பாதிக்கும் மிக முக்கியமான தனிப்பட்ட தேர்வுகள் மற்றும் நடத்தைகளில் அடங்கும்.

உணவு

உணவு என்பது ஆரோக்கியத்தை பாதிக்கும் மிக முக்கியமான காரணிகளில் ஒன்றாகும். ஆரோக்கியமான உணவு என்பது பழங்கள், காய்கறிகள், முழு தானியங்கள், பால் பொருட்கள் மற்றும் குறைந்த கொழுப்புள்ள புரதங்களைக் கொண்ட உணவாகும். ஆரோக்கியமற்ற உணவு என்பது சர்க்கரை, கொழுப்பு மற்றும் உப்பு அதிகம் உள்ள உணவாகும்.

ஆரோக்கியமற்ற உணவு பின்வரும் ஆரோக்கியப் பிரச்சினைகளுக்கு வழிவகுக்கும்:

- உடல் பருமன்: உடல் பருமன் என்பது பல ஆரோக்கியப் பிரச்சினைகளுக்கு வழிவகுக்கும் ஒரு முக்கிய ஆபத்து காரணியாகும்.
- இருதய நோய்: இருதய நோய் என்பது உலகின் முக்கிய இறப்புக் காரணங்களில் ஒன்றாகும்.
- புற்றுநோய்: புற்றுநோய் என்பது உலகின் இரண்டாவது முக்கிய இறப்புக் காரணமாகும்.

- சர்க்கரை நோய்: சர்க்கரை நோய் என்பது உலகின் மூன்றாவது முக்கிய இறப்புக் காரணமாகும்.

உடல் செயல்பாடு

உடல் செயல்பாடு என்பது ஆரோக்கியத்தை பாதிக்கும் மற்றொரு முக்கிய காரணி ஆகும். உடல் செயல்பாடு என்பது தசைகளைப் பயன்படுத்தி ஆற்றலைச் செலவிடும் எந்தவொரு செயல்பாடும் ஆகும்.

போதுமான உடல் செயல்பாடு பின்வரும் ஆரோக்கிய நன்மைகளை வழங்குகிறது:

- உடல் எடையைக் குறைக்கவும் பராமரிக்கவும் உதவுகிறது.
- இருதய நோய், பக்கவாதம், நீரிழிவு மற்றும் புற்றுநோய் போன்ற நாள்பட்ட நோய்களின் அபாயத்தைக் குறைக்கிறது.
- மனநலத்தை மேம்படுத்துகிறது.
- எலும்புகள் மற்றும் தசைகளை வலுப்படுத்துகிறது.
- சீரான தூக்கத்தை மேம்படுத்துகிறது.

சுற்றுச்சூழல் அபாயங்கள்

சுற்றுச்சூழல் அபாயங்கள் என்பது நமது ஆரோக்கியத்திற்கு தீங்கு விளைவிக்கும்

சுற்றுச்சூழல் காரணிகள் ஆகும். சுற்றுச்சூழல் அபாயங்களில் காற்று மாசுபாடு, நீர் மாசுபாடு, புற்றுநோய்க்குரிய ரசாயனங்கள் மற்றும் கதிர்வீச்சு ஆகியவை அடங்கும்.

சுற்றுச்சூழல் அபாயங்கள் பின்வரும் ஆரோக்கியப் பிரச்சினைகளுக்கு வழிவகுக்கும்:

- நுரையீரல் நோய்கள்: காற்று மாசுபாடு நுரையீரல் புற்றுநோய், ஆஸ்துமா மற்றும் பிற நுரையீரல் நோய்களுக்கு வழிவகுக்கும்.
- கல்லீரல் நோய்கள்: நீர் மாசுபாடு கல்லீரல் நோய்களுக்கு வழிவகுக்கும்.
- புற்றுநோய்: புற்றுநோய்க்குரிய ரசாயனங்கள் மற்றும் கதிர்வீச்சு புற்றுநோய்க்கு வழிவகுக்கும்.

முடிவுரை

உணவு, உடற்பயிற்சி மற்றும் சுற்றுச்சூழல் அபாயங்களுக்கு உட்படுதல் ஆகிய தனிப்பட்ட தேர்வுகள் மற்றும் நடத்தைகள் ஆரோக்கியத்தையும் நலவாழ்வையும் பாதிப்பதில் முக்கிய பங்கு வகிக்

சுற்றுச்சூழல் அபாய எழுத்தறிவு என்ற கருத்தை விவாதித்து, தனிநபர்களை அதிகாரமளிப்பதில் அதன் முக்கியத்துவத்தை விளக்குகிறது

முன்னுரை

சுற்றுச்சூழல் அபாய எழுத்தறிவு என்பது சுற்றுச்சூழல் அபாயங்கள் மற்றும் அவற்றின் ஆரோக்கிய மற்றும் பாதுகாப்பு விளைவுகள் பற்றிய புரிதலைக் குறிக்கிறது. சுற்றுச்சூழல் அபாய எழுத்தறிவு என்பது தனிநபர்கள் தங்கள் ஆரோக்கியம் மற்றும் பாதுகாப்பை பாதுகாக்க தேவையான அறிவு மற்றும் திறன்களைப் பெற உதவுகிறது.

சுற்றுச்சூழல் அபாயங்கள்

சுற்றுச்சூழல் அபாயங்கள் என்பது நமது ஆரோக்கியத்திற்கு அல்லது பாதுகாப்புக்கு தீங்கு விளைவிக்கும் சுற்றுச்சூழல் காரணிகள் ஆகும். சுற்றுச்சூழல் அபாயங்களில் காற்று மாசுபாடு, நீர் மாசுபாடு, புற்றுநோய்க்குரிய ரசாயனங்கள், கதிர்வீச்சு மற்றும் காலநிலை மாற்றம் ஆகியவை அடங்கும்.

சுற்றுச்சூழல் அபாய எழுத்தறிவின் கூறுகள்

சுற்றுச்சூழல் அபாய எழுத்தறிவு பின்வரும் கூறுகளை உள்ளடக்கியது:

- சுற்றுச்சூழல் அபாயங்களை அடையாளம் காணும் திறன்
- சுற்றுச்சூழல் அபாயங்களின் ஆரோக்கிய மற்றும் பாதுகாப்பு விளைவுகளைப் புரிந்துகொள்ளும் திறன்
- சுற்றுச்சூழல் அபாயங்களைக் குறைக்க அல்லது தவிர்க்க நடவடிக்கை எடுக்கும் திறன்

சுற்றுச்சூழல் அபாய எழுத்தறிவின் முக்கியத்துவம்

சுற்றுச்சூழல் அபாய எழுத்தறிவு தனிநபர்களுக்கு பல நன்மைகளை வழங்குகிறது, அவற்றில் அடங்கும்:

- ஆரோக்கியத்தை மேம்படுத்தவும் பாதுகாக்கவும் உதவுகிறது.
- பாதுகாப்பை மேம்படுத்தவும் பாதுகாக்கவும் உதவுகிறது.
- சமூக மற்றும் பொருளாதார நல்வாழ்வை மேம்படுத்த உதவுகிறது.

சுற்றுச்சூழல் அபாய எழுத்தறிவு தனிநபர்களை அதிகாரமளிப்பதில் முக்கிய பங்கு வகிக்கிறது. இது தனிநபர்களுக்கு தங்கள் சுற்றுச்சூழல் மற்றும் அதன் ஆரோக்கிய மற்றும் பாதுகாப்பு விளைவுகள் பற்றிய புரிதலை வழங்குகிறது. இந்த புரிதல் தனிநபர்களுக்கு தங்கள்

ஆரோக்கியம் மற்றும் பாதுகாப்பை பாதுகாக்க தேவையான தகவல் மற்றும் திறன்களைப் பெற உதவுகிறது.

சுற்றுச்சூழல் அபாய எழுத்தறிவை மேம்படுத்துவதற்கான வழிகள்

சுற்றுச்சூழல் அபாய எழுத்தறிவை மேம்படுத்துவதற்கான பல வழிகள் உள்ளன, அவற்றில் அடங்கும்:

- சுற்றுச்சூழல் அபாயங்கள் பற்றிய கல்வி மற்றும் விழிப்புணர்வு பிரச்சாரங்கள்
- சுற்றுச்சூழல் அபாயங்கள் பற்றிய தகவல்களை வழங்கும் ஆன்லைன் வளங்கள் மற்றும் திட்டங்கள்
- சுற்றுச்சூழல் அபாயங்கள் பற்றிய கல்வி மற்றும் பயிற்சிகளை வழங்கும் தொழில்முறைகள்

முடிவுரை

சுற்றுச்சூழல் அபாய எழுத்தறிவு என்பது தனிநபர்களை அதிகாரமளிப்பதில் ஒரு முக்கிய கருவியாகும். இது தனிநபர்களுக்கு தங்கள் சுற்றுச்சூழல் மற்றும் அதன் ஆரோக்கிய மற்றும் பாதுகாப்பு விளைவுகள் பற்றிய புரிதலை வழங்குகிறது. இந்த புரிதல் தனிநபர்களுக்கு தங்கள் ஆரோக்கியம் மற்றும் பாதுகாப்பை

பாதுகாக்க தேவையான தகவல் மற்றும் திறன்களைப் பெற உதவுகிறது.

சுற்றுச்சூழல் கட்டுப்பாடுகளுக்குள் ஆரோக்கியமான நடத்தைகளை ஊக்குவிப்பதற்கான உத்திகள்

முன்னுரை

ஆரோக்கியமான நடத்தை என்பது நல்ல உடல் மற்றும் மன ஆரோக்கியத்தைப் பராமரிக்க உதவும் வாழ்க்கை முறை தேர்வுகள் ஆகும். ஆரோக்கியமான நடத்தைகள் பின்வருவனவற்றை உள்ளடக்குகின்றன:

- போதுமான தூக்கம்
- ஆரோக்கியமான உணவு
- சீரான உடற்பயிற்சி
- நீர் குடிப்பது
- மது மற்றும் புகையிலை தவிர்ப்பது

சுற்றுச்சூழல் கட்டுப்பாடுகள் என்பது சமூகங்கள் மற்றும் தனிநபர்களின் நடத்தையை பாதிக்கும் சட்டங்கள், கொள்கைகள் மற்றும் நடைமுறைகள் ஆகும். சுற்றுச்சூழல் கட்டுப்பாடுகள் ஆரோக்கியமான நடத்தைகளை ஊக்குவிக்கப் பயன்படுத்தப்படலாம்.

சுற்றுச்சூழல் கட்டுப்பாடுகளுக்குள் ஆரோக்கியமான நடத்தைகளை ஊக்குவிப்பதற்கான உத்திகள்

சுற்றுச்சூழல் கட்டுப்பாடுகளுக்குள் ஆரோக்கியமான நடத்தைகளை ஊக்குவிப்பதற்கான பல உத்திகள் உள்ளன. இந்த உத்திகள் பின்வருவனவற்றை உள்ளடக்குகின்றன:

- தகவல் மற்றும் விழிப்புணர்வு
- சலுகைகள் மற்றும் தூண்டுதல்கள்
- தடைகள் மற்றும் தண்டனைகள்

தகவல் மற்றும் விழிப்புணர்வு

தகவல் மற்றும் விழிப்புணர்வு என்பது ஆரோக்கியமான நடத்தைகளின் நன்மைகள் மற்றும் அவற்றை எவ்வாறு பின்பற்றலாம் என்பதைப் பற்றிய மக்களுக்கு கற்றுக்கொடுப்பதன் மூலம் ஆரோக்கியமான நடத்தைகளை ஊக்குவிப்பதற்கான ஒரு முக்கிய வழியாகும்.

இந்த உத்திகள் பின்வருவனவற்றை உள்ளடக்குகின்றன:

- சுகாதார கல்வி
- விளம்பர பிரச்சாரங்கள்
- ஆன்லைன் வளங்கள்

சலுகைகள் மற்றும் தூண்டுதல்கள்

சலுகைகள் மற்றும் தூண்டுதல்கள் என்பது மக்களை ஆரோக்கியமான நடத்தைகளை மேற்கொள்ள ஊக்குவிக்கும் பொருத்தமான நன்மைகளை வழங்குவதன் மூலம் ஆரோக்கியமான நடத்தைகளை ஊக்குவிப்பதற்கான ஒரு வழியாகும்.

இந்த உத்திகள் பின்வருவனவற்றை உள்ளடக்குகின்றன:

- வரி சலுகைகள்
- அதிக கட்டணங்கள்
- பரிசுப் போட்டிகள்

தடைகள் மற்றும் தண்டனைகள்

தடைகள் மற்றும் தண்டனைகள் என்பது ஆரோக்கியமற்ற நடத்தைகளை தடைசெய்ய அல்லது தண்டனை வழங்குவதன் மூலம் ஆரோக்கியமான நடத்தைகளை ஊக்குவிப்பதற்கான ஒரு வழியாகும்.

இந்த உத்திகள் பின்வருவனவற்றை உள்ளடக்குகின்றன:

- தடைகள்
- தண்டனைகள்

உதாரணங்கள்

சுற்றுச்சூழல் கட்டுப்பாடுகளுக்குள் ஆரோக்கியமான நடத்தைகளை ஊக்குவிக்கப் பயன்படுத்தப்படும் சில உதாரணங்கள் இங்கே:

- சில நாடுகளில், தூக்கம் மற்றும் உடற்பயிற்சி பற்றிய விழிப்புணர்வை அதிகரிக்க சுகாதார கல்வித் திட்டங்கள் உள்ளன.
- சில நகரங்களில், சைக்கிள் ஓட்டுவதற்கும் நடப்பதற்கும் வசதியான பாதசாலைகளை அமைப்பதன் மூலம் உடல் செயல்பாட்டை ஊக்குவிக்கும் சலுகைகள் உள்ளன.
- சில மாநிலங்களில், புகைபிடிப்பை தடுக்க தடைகள் உள்ளன.

முடிவுரை

சுற்றுச்சூழல் கட்டுப்பாடுகள் ஆரோக்கியமான நடத்தைகளை ஊக்குவிக்கப் பயன்படுத்தப்படலாம். இந்த உத்திகள் தகவல் மற்றும் விழிப்புணர்வை வழங்குதல், சலுகைகள் மற்றும் தூண்டுதல்களை வழங்குதல் அல்லது தடைகள் மற்றும் தண்டனைகளைப் பயன்படுத்துதல் ஆகியவற்றை உள்ளடக்கியிருக்கலாம்.

www.ingramcontent.com/pod-product-compliance
Lightning Source LLC
LaVergne TN
LVHW052001060526
838201LV00059B/3774
9798869122926